फूल ना

फुलाची पाकळी

'दिलीपराज प्रकाशन प्रा. लि.'च्या नवीन पुस्तकांची यादी व माहिती हवी असल्यास आपला पत्ता, दूरध्वनी क्रमांक किंवा Email आमच्या *diliprajprakashan@yahoo.in* या Email address वर पाठवावा किंवा आमच्याशी दूरध्वनी क्रमांक फॅक्ससहित : ०२०-२४४८३९९५/ २४४९५३१४ / २४४७१७२३ यावर संपर्क साधावा. आमच्या वेबसाईटला एकदा अवश्य भेट घ्या.

Website: *www.diliprajprakashan.com*

फूल ना
फुलाची पाकळी

सुभाष भेण्डे

दिलीपराज प्रकाशन प्रा. लि.
२५१ क, शनिवार पेठ, पुणे - ४११ ०३०.

प्रकाशक
राजीव दत्तात्रय बर्वे,
मॅनेजिंग डायरेक्टर,
दिलीपराज प्रकाशन प्रा. लि.,
२५१ क, शनिवार पेठ,
पुणे - ४११ ०३०

© अजय भेण्डे
५, ज्ञानदेवी, साहित्य सहवास, कलानगर,
वांद्रे (पू.), मुंबई - ४०० ०५१

प्रकाशन दिनांक : १५ जुलै २०११

प्रकाशन क्रमांक : १८६२

ISBN : 978-81-7294-866-5

मुद्रक
रेप्रो नॉलेज कास्ट लिमिटेड, ठाणे

टाईपसेटिंग
पितृछाया मुद्रणालय,
९०९, रविवार पेठ, पुणे - ४११ ००२

मुखपृष्ठ
ज्ञानेश सोनार

माझे दोन चिरतरुण मित्र
उमाकांत ठोमरे आणि
प्रभाकर वर्टी
यांना...

अनुक्रमणिका

- १ -

एका दगडात एकच पक्षी

बरेच दिवस केयूर साठेला नाही म्हणून संध्याकाळी त्याच्या घरी गेलो तर भलतंच दृश्य दिसलं मला ! एक गायिका टेपवर आळवून आळवून गात होती आणि केयूर डोळे मिटून गाण्याचा आस्वाद घेत होता. संगीताच्या बाबतीत केयूर औरंगजेबाला गुरु मानतो अशी माझी कल्पना होती.

"काय केयूर-काय पाहतो मी हे? मुंगीनं मेरु पर्वत तर गिळला नाही ना? किंवा ह्यानं हे तर केलं नाही ना?"

माझं पाठांतर पाहिल्यापासून कच्चं !

"काय झालं एवढं आश्चर्य करण्यासारखं ?"

"तू आणि क्लासिकल संगीत ऐकतोयस? उद्या मी घरी गेलो आणि सौभाग्यवती भरत नाट्यम्च्या चार मुद्रा करून दाखवायला लागली तर मला फारसं आश्चर्य वाटणार नाही! पण हे तुझं नवीन प्रकरण माझ्या सहनशक्तीपलीकडचं आहे!"

"तुझा संशय बरोबर आहे! ह्या टेप्स माझ्या नव्हेत आणि हा टेपरेकॉर्डरही माझा नव्हे! हिच्या मामेभावानं खरेदी केलाय, तो टेस्ट करत होतो! टेप्स ऐकण्याऐवजी मी पेरी मॅसन, जेम्स हेडली चेज, जेम्स बाँड वाचत बसेन ! क्लासिकल संगीत म्हणजे वेस्ट ऑफ टाईम! मध्यंतरात मिळणारी कॉफी ही मला मैफलीपेक्षा अधिक आवडते हे तुला सांगायला नकोच! बोल, ताना, पलटे, मुरक्या ही मंडळी माझ्या शत्रू पक्षातली!"

"तू माझा अपेक्षाभंग करणार नाहीस याची मला खात्री होतीच!" मी समाधानानं म्हटलं. "आजकाल या टेप्सचं प्रकरण फारच चिघळायला लागलंय! मी म्हटलं या साथीत तुझी लागण झाली की काय? आणि कळो न कळो टेपरेकॉर्डर घेऊन धावत असतात माणसं कुठल्याही फडतूस कार्यक्रमाला! आणि अमुक गायकाची बैठक टेप केली, तमुक गायिकेची खाजगी बैठक रेकॉर्ड केली म्हणून टेंभा मिरवतात!"

केयूरनं टेप बंद करून गायिकेच्या गळ्याला ब्रेक लावला. सिंधूवैनींना चहाची ऑर्डर दिली आणि पाय पसरून आरामात बसत तो म्हणाला—

"तुला एका टेपवेड्या माणसाची कहाणी ऐकायची आहे?"

"विथ डेमॉन्स्ट्रेशन?"

"घाबरू नकोस! नुसतीच कहाणी सांगतो तुला! टेप नाही लावणार! गाण्याच्या बाबतीत तू अगदी औरंगजेब नसलास तरी औरंगजेबाच्या दरबारातला एखादा सरदार निश्चित आहेस-"

मी मान हलवून कबुली दिली! मला स्वत:ला भैरवीशिवाय दुसरा कुठलाही राग ओळखता येत नाही त्यामुळं गाणं संपत आलं हे मला नेमकं कळतं. भैरवी न म्हणता बैठक संपवणाऱ्या तमाम गायक गायिकांना मी शत्रूवत मानतो.

"ऐकतोस ना कथा?"

"ऐकव ना! चहाच्या एका कपासाठी तुझं ऐकून घेतलंच पाहिजे."

माझ्या बोलण्याकडं दुर्लक्ष करून केयूरनं सुरुवात केली.

आपल्याकडे औद्योगीकीकरण झपाट्यानं होऊ लागलं आहे त्याचा देशाला किती फायदा झाला आहे हे मला माहीत नाही, पण एक घटना मात्र

निश्चित घडली आहे. समाजात नवश्रीमंतांचा एक वर्ग उदयाला आला आहे. क्लब जॉईन करणं, ऑफिसच्या खर्चानं मोटारी उडवणं, आम्हाला बाई घरात एक फोन पुरतच नाही-म्हणणं, संध्याकाळी सातनंतर चहा-कॉफीसारख्या क्षुद्र पेयांना स्पर्श न करणं वगैरे अनेक फॅशन्सबरोबरच टेपरेकॉर्डर, रेकॉर्डप्लेयर व तत्सम वस्तू बाळगणं हीही एक फॅशन झाली आहे. ही फॅशन जरा अलीकडची. आपण रसिक आहोत, सुसंस्कृत आहोत हे लोकांना कळावं या नम्र हेतूनं नवश्रीमंत मंडळी हा तीनचार हजारांचा षौक करत असतात.

पण शरद सुलाखे हा त्यापैकी नव्हे. तसा तो त्यांपैकी, म्हणजे तो नवश्रीमंत होता व त्याला टेप्सचा षौकही होता. परंतु केवळ फॅशन म्हणून टेप्स बाळगणारा आणि वाजवणारा नव्हे. क्लासिकल संगीताची त्याला मनस्वी आवड. फिरती मागे लागलेली त्यामुळे संगीताच्या कार्यक्रमांना हजर राहणे नेहमीच शक्य होत नसे. ऑफिसचे काम आटोपले की स्वारी घरी यायची आणि सुरांची भेंडोळीच्या भेंडोळी उलगडत बसायची. भीमसेन जोशींचा दरबारी कानडा, कुमार गंधर्वांचा शंकरा, किशोरी आमोणकरांची जयजयवंती, शोभा गुर्टूच्या काळजाला हात घालणाऱ्या गझला (तपशील शरद सुलाखेच्या सौजन्यानं बरं का ! आणि चुकभूल द्यावी घ्यावी!) संध्याकाळी सहाला संगीत सुरू ते रात्री अकरापर्यंत.

तर शरदची बदली सांगलीहून जेव्हा मुंबईला झाली तेव्हा त्याचा आनंद गगनात मावेना! प्रमोशन मिळाल्याचा आनंद नव्हता तो- हौस भागवायला त्याला मोठं क्षेत्र मिळालं होतं! त्याच्या टेप्सच्या लायब्ररीत आता झपाट्याने भर पडणार होती. दुर्मिळ चिजा, नवनवे अनवट राग...सर्व काही टेप्समध्ये बंदिस्त करून मन मानेल तेव्हा व तसा आस्वाद घेणे त्याला आता शक्य होणार होतं.

या टेप्स गोळा करणाऱ्यांचे मानसशास्त्र तसे अजबच ! कितीही महान गायक-गायिकेचा सार्वजनिक कार्यक्रम टेप्स करण्यात त्यांना रस नसतो. सार्वजनिक कार्यक्रम म्हणजे सर्वांच्या मालकीचा कार्यक्रम ! कुणीही यावं आणि टेप करून न्यावा! खऱ्या टेप्स-वेड्याला खाजगी बैठकीत अधिक रस! अमुक माणसाच्या बर्थडे पार्टीला कुमार काय गायलेयत !

मल्लिकार्जुन मन्सुरांची तमुक रसिकाकडे झालेली खाजगी बैठक ऐकलीय?...ही रात सवत बाई...बस्स! ऐकत राहावं! भीमसेन जोशींचा दरबारी कानडा ऐकावा नागपूरला क्षकडे झालेल्या बैठकीतला ! नाही ऐकला? कसा ऐकणार? गप्पा मारता मारता भीमसेन उठले आणि लागले गायला!...असे सारखे सुरू असते! बरं, सार्वजनिक कार्यक्रम टेप करायला मिळतात असंही नाही. एखादी गायिका कुणालाही आपला कार्यक्रम टेप करू देत नाही. कुणी चोरून टेप करत असेल तर तिचे हेर हॉलभर फिरत असतात आणि डोळ्यात तेल घालून तपासणी करत असतात! तर अशा गायिकेचा सार्वजनिक कार्यक्रम काय किंवा सर्वसाधारणपणे खाजगी बैठका काय, इथं जे गाणं टेप करायला मिळते ते केवळ अमोल !

नमनाला असं घडाभर तेल ओतल्यावर मूळ कथेकडे वळायला हरकत नाही !

मुंबईत आलेला एखादा खेडूत पाव्हणा, मुंबईच्या अफाट इमारती, तिथली गर्दी पाहून जसा भांबावतो तसे शरद सुलाखेचे झाले. कार्यक्रमांची हीऽ गर्दी ! काय टेप करू न काय नको ! पण सार्वजनिक कार्यक्रम टेप करण्यात त्याला आधी जो उत्साह वाटायचा तो हळूहळू मावळू लागला. मग तो दुर्मिळ कार्यक्रमांच्या शोधात हिंडू लागला.

असाच एकदा तो एका नामवंत गायिकेच्या मैफलीला टेपरेकॉर्डरसह जाता झाला. ती गायिका गाणं टेप करायला परवानगी देत नाही असं तो ऐकून होता. त्यानं गानिमीकावा करायचं ठरवलं. ॲम्प्लीफायरखाली त्याने जागा पकडली आणि 'कॅसेट' उघडून आपल्या टेप्सचा जामानिमा त्यानं हळूच बाहेर काढला. मग त्यानं आजुबाजूला नजर टाकली. बापरे ! गनिमी कावा त्याला एकट्याला सुचला नव्हता. त्याच्यासारखे अनेक लोक मोर्चे लावून सज्ज होते. तंबोऱ्याचे टॅव टॅव व तबल्याची खाटखुट सुरू होती. अजून गाण्याला सुरुवात झाली नव्हती. ''अहो मिस्टर, काय चाललेय तुमचे?'' या प्रश्नानं शरद दचकलाच. त्यानं चमकून वर पाहिलं. त्याच्यापुढं दहा-पंधरा फुटांवर एक तरुण टेपरेकॉर्डर ॲडजेस्ट करण्यात गुंतला होता आणि एक तरुणी त्याला आवाज चढवून तो प्रश्न विचारत होती.

"अहो, ऐकू येतंय की नाही?"

"तुम्ही मला विचारताय?" त्या तरुणानं उलट प्रश्न केला.

"हो तुम्हालाच ! ते यंत्र तुमचंच ना!"

"यंत्र?"

"तो टेपरेकॉर्डर हो!"

"हो-माझाच. का बरं?"

"तुम्ही मैफल टेप करणार आहात?"

"मग काय आजूबाजूचा मलबला टेप करायला आलोय असे तुम्हाला वाटलं?"

"तोसुद्धा आता तुम्हाला टेप करायला मिळणार नाही!"

"व्हॉट डू यू मीन?"

"गाणं टेप करायला बाईंची परवानगी नाही!"

"तुम्ही कोण?"

"मी बाईंच्या ओळखीची-त्यांनी मला चेक करायला सांगितलंय! चेक करून झाल्यावर मग त्या गायला बसणार आहेत-"

"आणि मी तरी टेप करायचं ठरवलं तर?"

"कार्यक्रमाच्या संचालकांना यंत्र जप्त करता येईल!"

शरदनं चपळाईनं आपलं यंत्र बॅगेत टाकलं आणि आपण त्या गावचेच नाही असा भाव चेहऱ्यावर आणून तो भिंतीला टेकून, पाय सोडून भारतीय बैठकीप्रमाणं स्थानापन्न झाला.

त्या तरुणाने आपले चंबुगबाळे आवरले आणि तो निषेध म्हणून हॉल सोडून चालता झाला. जाताना त्याने त्या दम देणाऱ्या मुलीकडे जळजळीत कटाक्ष टाकला खरा पण त्या मुलीने खांदे उडवून आणि नाकाला विशिष्ट बाक देऊन अशा तोऱ्याने त्या कटाक्षाला उत्तर दिले की गायक समेवर आल्यावर एखाद्या रसिकाने दाद द्यावी तशी शरदने नकळत दाद दिली. व्वा! क्या बात है!

शरदच्या शेजारी बसलेल्या तरुणाने सहज म्हटले-"काय खमकी बाई आहे!"

"खमकी आहे खरी- पण बाई नाही हां! मुलगी म्हणा-तरुणी म्हणा!'' शरदने सहज उत्तर दिले.

"का हो? तुमच्या ओळखीची आहे की काय ही?''

"ही मुलगी? छे हो! मी तिला आज पहिल्यांदाच पाहातोय!''

"हिचं नाव कालिंदी धारप. स्वत: थोडं गाते, पण गाण्याची समज फार चांगली. सर्व गायक गायिकांच्या खास मर्जीतली. कोणत्याही चांगल्या कार्यक्रमाला जा, कालिंदी धारप हजर. ज्या गायकगायिकांना गाणं टेप केलेलं आवडत नाही, त्यांची फुकट फौजदारी हौसेनं करत असते.''

शरद पुढं सरकला. म्हणाला ''वा! तुम्हाला तिची बरीच माहीत दिसते.''

"तर! कारण मी तुमच्यासारखाच!''

"माझ्यासारखा म्हणजे?''

"चोरून टेप करणाऱ्यांपैकी!''

"पण-पण-मी तर''

"डोण्ट वरी! मी मघाशी तुम्ही टेप ॲडजस्ट करताना पाहात होतो. कालिंदी धारप नामक पात्र इथं हटकून असणार हे मला माहीत होतं-म्हणून मी टेपरेकॉर्डर आणला नाही! किंबहुना अलीकडे मी तो नेतच नाही. उगाच न्यायचा आणायचा त्रास! टेप करायला काही मिळत नाही!''

"पण या कालिंदीला कसला आसुरी आनंद मिळतो फौजदारी करण्यात? गव्हाणीतल्या कुत्रीसारखी दिसते ही! स्वत: टेप करत नाही, लोकांना करू देत नाही-'' शरद चिडून म्हणाला.

"हं! इथं तुम्ही चुकलात!''

"म्हणजे?''

"हिच्याकडं जेवढ्या टेप्स आहेत तेवढ्या मुंबईत कुणाकडं नसतील. खजिनाच आहे तिच्याकडे टेप्सचा. मोगुबाई कुर्डीकर, गंगुबाई हनगलपासून कुमार-भीमसेन-किशोरी...सर्वांच्या खाजगी बैठकींच्या दुर्मिळ टेप्स तिच्याकडे आहेत! जुन्या टेप्स तर इतक्या की त्या दुसऱ्या कुणाकडे मिळणे अशक्यच! बड्या गायकांच्या दुर्मिळ चीजांचा विलक्षण स्टॉक तिच्या घरी आहे-''

"खरं? पण हे तुम्हाला कसं कळलं?"

"माझं नाव रवी प्रधान. मी पायलट आहे, पण टेप्सचा नादी. मी या कालिंदी धारपची ओळख काढून तिच्याकडे दहादा गेलो. म्हटलं, बाई-सॉरी हं-तर अहो मिस धारप, मी तुमच्या घरी बसून दुर्मिळ चीजा माझ्या टेप्सवर ट्रान्सफर करून घेतो. हवे तितके पैसे देईन. पण छे ! नन्नाचा पाढा ! एक वेळ ही तरुणी तुमच्यापाशी लग्न करायला तयार होईल-"

"माझ्याशी?" शरदचा आवाज कापरा झाला.

"तुमच्याशी म्हणजे अगदी डायरेक्ट तुमच्याशी नव्हे हो! एक सांगितलं हो. एक वेळ ती लग्न करायला तयार होईल पण टेप्स नाही देणार!"

"मग तुम्ही लग्नच करायचं, म्हणजे एका दगडात दोन पक्षी-" शरदचा आवाज अधिकच कापरा झाला होता हे खुद्द त्याच्या ध्यानात आलं. मात्र का ते त्याला कळेना!

"माझं आधीच लग्न झालंय! नाहीतर-"

तेवढ्यात गायिकेने 'सा' लावला. बैठकीला सुरुवात झाली. सर्व श्रोते सावरून बसले. जीवाचे कान करून ऐकू लागले.

शरदनं पाहिलं, कालिंदी खरंच गायिकेजवळ बसली होती. तिच्या कानात हेडफोन होता. म्हणजे ही बया कार्यक्रम टेप करतेय तर! आणि पुन्हा सर्वांच्या नाकावर टिच्चून!

रवी प्रधान म्हणतो ते अधिक सिरियसली घेतलं पाहिजे! एक वेळ ही तुमच्याशी लग्न करील-पण टेप्स देणार नाही! एका दगडात दोन पक्षी, लग्न आणि दुर्मिळ टेप्स. दिसायला ही कालिंदी शंभरजणीत नसली तरी दहाजणीत उठून दिसणाऱ्यांपैकी आहे आणि त्या तरुणाशी कशी भांडत होती- काय कुर्रा-काय तोरा-वा! खांदे उडवताना न् नाकाला विशिष्ट बाक देताना काय मस्त अदाकारी! मानलं या पोरीला!

शरदचं कार्यक्रमात मुळीच लक्ष नव्हतं. कसं असणार?

शरद सुलाखे हा एका दृष्टीने मोस्ट एलिजिबल बॅचलर! 'प्राईड ॲंड प्रेज्युडिस' मधल्या बिंगले किंवा डर्सीसारखा ! स्मार्ट, चलाख, हॅपी गो लकी! त्यालाही लग्न करायचं होतं. मग कुठल्या तरी पोरीशी लग्न करायचं

तर कालिंदी धारप का नको? एका दगडात दोन पक्षी-

शरदनं काही मनाशी ठरवलं. एक योजना आखली. त्याच्या आवडत्या गायकाचा कार्यक्रम एका रविवारी सकाळी होता. सकाळचे राग ऐकण्याची त्याची फार इच्छा होती, पण त्यानं तो मोह टाळला. कार्यक्रम संपायच्या वेळी तो हॉलजवळ हजर झाला. त्याच्या अपेक्षेप्रमाणं कालिंदी धारप तिथं होतीच. कार्यक्रम संपल्यावर ती बाहेर आली. शरद तिच्या पाळतीवर. ती बसच्या क्यूमध्ये उभी राहिली. तो तिच्यामागं उभा राहिला.

"एस्क्यूज मी. मला वाटतं मी तुम्हाला कुठंतरी पाहिलंय-" शरदनं तिला म्हटलं.

"मला?" कालिंदीनं दचकून विचारलं.

"तुम्ही इंग्लंडला होता?"

"छे! कधीच नाही!"

"कलकत्त्याला?"

"ऊं हूं-"

"मग दिल्लीला?"

"हे पाहा मिस्टर, सारा भूगोल माझ्यापुढं पाठ म्हणू नका-! मी आजपर्यंत मुंबईबाहेर गेलेली नाही. नाही म्हणायला एकदाच मी जेजुरीला गेले होते. खंडोबाच्या दर्शनाला! तिथं तुम्ही आला होतात?"

"न नाही! कदाचित मला वाटलं असेल तुम्हाला कुठेतरी पाहिलं असं! सॉरी-"

कालिंदी हसून म्हणाली— "तुम्हाला गाणी टेप करायचा नाद आहे का?"

"गाणी टेप करायचा?"

"गाणी म्हणजे सिनेमातली नव्हेत - मैफली - प्रसिद्ध गायकगायिकांच्या मैफली! कारण अशा ठिकाणी माझी आजपर्यंत अनेकांशी गाठ पडली आहे! काही लोक तर जन्मात विसरणार नाहीत तो प्रसंग !"

"तुम्हाला मैफली टेप करण्याची आवड नाही?"

"आवड? तिटकारा आहे त्याबद्दल मला!"

"मग ठीक आहे!" तिनं एक लांबलचक सुस्कारा सोडला आणि समोरून येणाऱ्या बसमध्ये ती चढली. तिच्या मागोमाग शरद चढला हे सांगायला नकोच.

कालिंदीनं 'मग ठीक आहे' असं म्हणून पहिल्या भेटीच्या वेळी सुस्कारा का सोडला याचं कारण शरदनं तिला दहाव्या भेटीच्या वेळी विचारलं. त्यावेळी ती दोघं एका हॉटेलच्या फॅमिली रूममध्ये कॉफी पीत बसली होती.

"तुमच्या चांगलंच लक्षात आहे की-!" कालिंदी मान वेळावून म्हणाली.

"अर्थात ! तुझ्या त्या सुस्काऱ्यान दोन चार दिवस तरी माझी झोप उडाली होती?"

"चला!"

"शपथ!"

"त्यापूर्वी झालं होतं काय- माझ्याकडं जुन्या, दुर्मिळ टेप्स आहेत ना- त्या मिळव्यात म्हणून अनेक तरुण माझ्याशी लघळपणा करायचे! मुद्दाम ओळखी काढायचे! तुम्ही नव्हती का काढली होतीत ओळख, काहीतरी निमित्त काढून!"

"काहीतरी निमित्त काढून?"

"चला! बनवू नका! मुली चांगल्या ओळखतात असली चालबाजी! ओळख काढायची तुमची पद्धत मात्र अभिनव होती बरं का!"

"थँक्स फॉर द कॉम्प्लिमेंटस!"

"तुम्हाला गाण्याची आवड नाही- टेप्सबद्दल तुम्हाला तिटकारा वाटतो- हे ऐकलं तेव्हा मला बरं वाटलं! माझ्याशी ओळख करून घेण्यात तुमचा स्वार्थी हेतू नव्हता हे सिद्ध झालं! मागं रवी प्रधान नावाचा एक पायलट माझी ओळख काढून घरात आला- पण हेतू स्वार्थी ! तसंच विजय मेहता-बंदुकवाला-ऑस्टीन डिसूझा-"

"बरीच मोठी यादी दिसतेय-"

"तर! जगात स्वार्थी लोकांची संख्या अधिक. तुच्यासारखे निःस्वार्थी"

"निःस्वार्थी वगैरे गुण मला चिकटवू नकोस बरं का कालिंदी! माझा

हेतू स्वार्थी होता! तुला पाहिलं न प्रेमात पडलो! तुझं रूप-स्मार्टनेस कुठंतरी धागे जुळले - युगायुगाचे- तू मिळावीस हा हेतू स्वार्थीच की!’’

’’बाकीच्या मंडळींचा स्वार्थ-’’

’’वा ग! माझा स्वार्थ उच्च, उदात्त-’’

’’उच्च-उदात्त नसेल-पण मला आवडणारा-भावणारा-’’

शरद काही बोलला नाही. मनातल्या मनात हसला. कॉफी पीत स्वस्थ बसून राहिला.

लवकरच दोघांचं लग्न झालं.

केयूर बोलता बोलता क्षणभर थांबला.

मी हात वर करून आळस दिला. केयूरला म्हटलं, ’’एकूण तात्पर्य काय-तुझा त्या शरद सुलाखेनं एका दगडात दोन पक्षी मारले तर! बायको मिळाली आणि दुर्मिळ टेप्सचा खजिनाही!’’

केयूर हसला-’’तुला कथेचा क्लायमॅक्स सांगतो. नाटकाच्या भाषेत म्हणजे भरतवाक्य. जुन्या कादंबरीच्या भाषेत उपसंहार-’’

’’काय सांगायचं ते लवकर सांग! नांदीत पुन्हा घडाभर तेल नको!’’

’’लग्नानंतरचा एकच प्रसंग सांगून ही कथा संपवतो-’’ केयूरनं सिगरेट पेटवीत म्हटलं.

शरद आणि कालिंदी यांचा मधुचंद्र जोरात सुरू होता. एक दिवस किंवा एका रात्री म्हण, शरदनं कालिंदीला मिठीत घेतलं आणि सहज विचारल्यासारखा प्रश्न टाकला—

’’अजून एक राहिलंस ना?’’

’’इश्श ! आता आणखी काय राहायचं आहे? सगळं झालं की!’’

’’हे नव्हे ग! तुझा तो खजिना कुठं आहे?’’

’’खजिना ! कुठला खजिना?’’

’’तू म्हणालीस ना- तुझ्याकडे जुन्या आणि दुर्मिळ मैफली टेप केलेल्या आहेत ! कुठं आहेत त्या साऱ्या टेप्स?’’

’’मी कशाला ठेवीन आता माझ्याकडं?’’

’’म्हणजे काय?’’

"तुम्हाला गाण्याची मुळीच आवड नाही! क्लासिकल संगीताचा तिटकारा आहे! मैफली टेप करणं म्हणजे शुद्ध मूर्खपणा असं तुम्ही शंभर वेळा माझ्याकडं बोलला असाल! तसं करणाऱ्यांची तुम्ही चेष्टा करता-त्यांना रिडिक्युल करता-"

"ते झालं ग- पण-"

"म्हणून मी काय केलं-लग्न ठरल्यावर सगळ्या टेप्स रवी प्रधान नावाच्या पायलटला देऊन टाकल्या! त्याला फार वेड आहे या गोष्टीचं!"

"रवी प्रधान? कोण हा रवी प्रधान?"

"पायलट आहे म्हटलं ना ! आता त्याची बदली बंगलोरला झालीय! गेलासुद्धा असेल बायकामुलांसह !"

तो रवी प्रधान? ही कालिंदी एकवेळ तुमच्याशी लग्न करील, पण टेप्स देणार नाही- म्हणणारा?

"पण कालिंदी- तू एवढी टेप्सवेडी-"

कालिंदीनं शरदच्या छातीवर डोकं ठेवलं आणि म्हटलं-"तुमच्यापुढं टेप्सची काय किंमत? रवी प्रधान कोरं चेकबुक घेऊन आला-मी म्हटलं-घेऊन जा तशाच! आमच्या ह्यांना आवडत नाही असलं काही! त्यांनी पाहण्याआधीच-"

तर अशा प्रकारे एका दगडात शरदला एकच पक्षी मिळाला! तसं तुमचं आमचं न होवो! ही साठा उत्तरांची कहाणी-पाचा उत्तरी-सुफळ संपूर्ण !

- २ -

माझे काही शत्रू

खरं पाहता मी अजातशत्रू आहे. मी कुणाकडूनही पैसे उसने घेत नाही वा कोणत्याही दुकानदाराकडून उधार माल आणत नाही. साहजिकच "तो केयूर साठे नजरेला नजर देत नाही आजकाल! पैशाची गरज भागविण्याचा गाढवपणा केला ना आम्ही!" असं कुणी म्हणत नाही किंवा "साहेब, मागचे पैसे आल्याशिवाय यापुढं माल देणार नाय—" असंही कुणी बजावत नाही. नातेवाईकांच्या लग्नाला जातो. शंभर रुपये आहेर करतो आणि जेवणाला थांबत नाही. त्यामुळे नातेवाईक खूष असतात. 'चांगला आहे स्वभावानं. कुणाच्या अध्यात ना मध्यात-' अशी प्रशस्ती करतात. भिडस्त स्वभावामुळे ऑफिसमध्ये कुणी चहा मागितला तर 'नाही' म्हणवत नाही. चहा बरोबर त्यांनी बटाटेवडे मागवले तरी चेहरा प्रसन्न ठेवतो. परिणामी- "एक भला माणूस" अशी माझी ऑफिसमध्ये ख्याती आहे. कोणत्याही कारणासाठी वर्गणी गोळा करण्याची मोहीम माझ्यापासून सुरू होते आणि 'एक भला माणूस' हे नामाभिधान सार्थ ठरावं म्हणून मीही वर्गणी देऊन टाकतो.

त्यामुळे घरी कुरकुर असली तरी दारी आबादीआबाद असते!

तरीसुद्धा मला काही शत्रू आहेत. काही बाळपणापासूनचे, काही नव्याने निर्माण झालेले. दु:खाची गोष्ट ही की शत्रूंची संख्या वाढतेच आहे. ती कमी होण्याची चिन्हं दिसत नाहीत. अधुनमधून हे शत्रू डोकं वर काढतात. एरवीचं माझं सरळसोट आयुष्य डिस्टर्ब करतात.

परवा इयत्ता चौथीत शिकणारी आमची सुकन्या 'होमवर्क' करता करता विचारु लागली, "पप्पा, केप ऑफ गुड होप कशासाठी प्रसिद्ध आहे?"

"वळसा घालण्यासाठी." मी क्षणाचाही विलंब न करता उत्तर दिलं.

"इजिप्त कुठल्या खंडात आहे?"

"अरबस्तानजवळ." मी "ठोकून देतो ऐसाजे" थाटात सांगितलं. इजिप्तमधले लोक मुसलमान असं कानावर आलं होतं, आणि सारस्वत लोक जसे कळप करून 'कॉलनी'त राहतात तसे हे इस्लामधर्मीय शेजारी शेजारी राहतात असं कधीतरी 'बौद्धिक' मध्ये ऐकलं होतं.

दुसरे दिवशी सुकन्या पुन्हा समोर हजर.

"पप्पा, मला भूगोलाच्या गृहपाठात किती मार्क पडले असतील?"

"कितीपैकी होते!"

"दहापैकी-"

"मग दहापैकी कमीत कमी नऊ. जास्तीत जास्त दहा."

"पप्पा भोपळा मिळाला! पृथ्वीचा गोल असतो ना? त्या आकाराचा !" आरामखुर्चीवर मी रेललो होतो. एकदम उठून बसलो.

"काय हे बेबी? भोपळा मिळाला आणि वर तोंड करून सांगत्येस मला!"

"बाईंनी विचारलं, "उत्तरं कुणाला विचारुन लिहिलीस?" मी, "पप्पांना विचारून !" असे म्हणाले तर म्हणाल्या, "यापुढं त्यांना विचारू नकोस. तुला येतं तसं लिही! थोडेतरी मार्क पडतील!"

एकूण मी बेसावध असलो तरी शत्रू सावध होता तर! माझं आणि भूगोल या विषयाचं पुरातन शत्रूत्व मी विसरून गेलो होतो- पण संधी मिळाल्यावर शत्रुनं डाव साधलाच!

शाळेत असल्यापासून मी भूगोलाचा धसका घेतला होता. आमची शाळा शिकवण्यापेक्षा नाटकं बसवण्यात अधिक प्रसिद्ध. दरवर्षी स्नेहसंमेलनात तीन दिवस नाटकं चालायची. आजीमाजी विद्यार्थ्यांनी बसविलेली दोन नाटकं आणि शिक्षकांतर्फे एक नाटक. नाटकापूर्वी महिना दीड महिना धमाल! आमच्या मराठीच्या सरांनी शिवाजी-अफजलखानावर नाटक लिहिलेलं होतं. त्या नाटकात अफलजखानाची भूमिका करणारे जमदाडे सर आम्हाला भूगोल शिकवीत असत. साहजिकच भूगोल शिकत असताना डोळ्यापुढं वाघनखं दिसू लागत. पाठ्यपुस्तकांतील माहिती मुलांनी तोंडपाठ करावी असा जमदाडे सरांचा हट्ट असे. म्हणजे उदाहरणार्थ, हिमालयावरच्या टेकड्यांची नावं पत्कोई, नाग, लुशाई, चीन व जैतिया, खाशी, गारो अशी असतील (चूकभूल द्यावी घ्यावी) तर ती 'त्याच क्रमानं आली पाहिजेत- ''जैतिया-खाशी-गारो' चं 'गारो-खाशी जैतिया' झालं की त्यांचं चित्त खवळे. डाव्या हातात भूगोलाचं पुस्तक व उजव्या हातात वेताची छडी. ते स्वत: पुस्तक उघडून धरत असल्यानं त्यांना जैतिया खाशी गारोचा क्रम ठाऊक असे. मुलांना पुस्तक उघडून पाहण्याची सवलत नव्हती. त्यामुळे क्रम चुकला की वेताच्या छडीचा एक फटका हातावर! भूगोलाचा तास संपला की पुढच्या वेळी नोटस् लिहून घेणं अनेक विद्यार्थ्यांना अशक्य होई. कारण वेताच्या छडीनं हात लालीलाल झालेले असत.

'भूगोल' या विषयाला शत्रूपक्षात दाखल केलं ते तेव्हापासून. भूगोलाविषयी अनेक समज-अपसमज आजतागायत माझ्या मनात आहेत. यापैकी समज कोणते व अपसमज कोणते याची निश्चित कल्पना नसल्यानं घोटाळा अधिकच वाढला आहे.

कुठलीशी नदी दक्षिणेकडून उत्तरेकडे वाहते असे जमदाडे सर नकाशाच्या व उघड्या पुस्तकाच्या साहाय्यानं समजावून देत. पण नदी खालून वर कशी जाईल हे काही केल्या माझ्या लक्षात येत नसे. पाणी नेहमी उतारावर वाहतं, कारंजं सोडलं तर कोणतेही पाणी खालून वर जाईलच कसं? खारा वारा आणि मतलई वारा या बाबतीत गोंधळ फार. कोणता वारा कोणत्या वेळी समुद्राकडून जमिनीकडे आणि जमिनीकडून समुद्राकडे वाहतो

यासंबंधीच्या कल्पना आजमितीस स्पष्ट नाहीत! मतलई वाऱ्याला मी जमदाडे सरांच्या छडीचा प्रसाद मिळेपर्यंत 'मतलबी' वारा म्हणत असे. 'पृथ्वी गोल आहे' हे पटवून देण्यासाठी जमदाडे सरांनी जंगजंग पछाडलं. समुद्रकिनाऱ्यावर उभं राहिल्यास येणाऱ्या जहाजाचं शीड आधी दिसतं, मग जहाजाचा थोडा थोडा भाग दिसू लागतो. हे त्यांनी परोपरीनं पटवून देण्याचा प्रयत्न केला. पण आजसुद्धा त्या संदर्भात अनेक शंका माझ्या मनात गर्दी करून आहेत. पृथ्वी आपल्याभोवती फिरू शकेलच कशी? आणि मग पृथ्वीवर राहणाऱ्यांचं काय? आपलं पाऊल स्थिर राहिलच कसं? जमदाडे सरांनी आपल्याभोवती गिरक्या घेत टेबलाभोवती फेरी मारून प्रात्यक्षिक दाखवलं. ते विनोदी दृश्य पाहून मी फिदीक्कन हसलो म्हणून जमदाडे सरांच्या दोन छड्या खाणं भाग पडलं. तरी पण जमदाडे सर टेबलाभोवती गिरक्या मारीत फिरू शकतात. एवढाच मतितार्थ ध्यानात आला. ते पृथ्वीचं प्रकरण पटलं नाही ते नाहीच.

तशीच ती वृत्तं! विषुववृत्तं! आंतरराष्ट्रीयवार रेषा! पृथ्वीभोवतीचे एवढे प्रचंड पट्टे रंगवले तरी कुणी! पिंपाभोवती पांढरे पट्टे काढणं सोपं पण पृथ्वीभोवती? इंग्लंडचं घड्याळ आपल्या घड्याळामागं साडेचार तास (चू. भू. द्या. घ्या.) मागं का? ऑस्ट्रेलियाचं पुढं का? वेस्ट इंडिजला रात्री अकरा वाजतात तेव्हा भारतात सहा का वाजतात? (देशांच्या निवडीवरून, क्रिकेट कॉमेंट्र्यांच्या वेळामुळे, हा 'डेटा' मला थोडाबहुत अचूक देता आला हे आजकाल दुर्मिळ असलेल्या चाणाक्ष वाचकांच्या ध्यानात आलंच असेल!) मुंबईला समुद्र आहे तो अरबी महासागर की हिंदी महासागर? उपसागर की उपसा-गर? दक्षिण अमेरिकेतील चिली आणि पेरू हे दोन देश- पण एका देशाचे नाव मराठीत का म्हणून?

माझ्या ओळखीचा एक भूगोलाचा शिक्षक आहे. भूगोल या विषयाशी तो इतका एकरूप झाला आहे की त्याच्या शरीराचा आकार पृथ्वीच्या गोलासारखा आहे. त्याच्या लग्नाला गेलो होतो. शंभर रुपयांची नोट घातलेलं पाकीट आहेरादाखल द्यायला मी स्टेजवर गेलो तेव्हा हळूच मला म्हणाला,

''मी आजच का लग्न केलं हे लक्षात आलं का तुझ्या?''

"नाही बुवा ! काही भौगोलिक कारण तर नाही?"

"बरोबर ओळखलंस ! आज एकवीस डिसेंबर ना?"

"मग! म्हणून काय झालं?" शत्रू सामोरा आला होता म्हणून मी बचावाचा पवित्रा घेतला.

"तू म्हणजे अगदी हा आहेस बुवा ! अरे, डिसेंबरला दिवस लहान असतो. रात्र मोठी असते ! म्हणून तर मी-"

आपल्या भौगोलिक ज्ञानाचा खाजगी जीवनात उपयोग पृथ्वीचा गोल आपल्या बायकोभोवती दिवसातून किती वेळा फेऱ्या मारतो ते मला ठाऊक नसलं, तरी एकवीस डिसेंबरला दिवस लहान व रात्र लांबलचक असते एवढं ज्ञान माझ्या डोक्यात पक्कं रुतून बसलंय!

'ए' ग्रेड एअर कण्डिशण्ड हॉटेल हा माझा दुसरा एक शत्रू !

वास्तविक मी स्वत: होऊन असल्या हॉटेलच्या वाटेला जात नाही. ज्यांच्याकडे ब्लॅकमनी असतो त्यांनीच असल्या हॉटेलात जायचं असतं, इतरांना तिथे मज्जाव असतो असा ग्रह मी करून घेतला आहे आणि तो दिवसेंदिवस दृढ होतो आहे. घाम गाळून पैसा मिळवायचा आणि असल्या हॉटेलात पुख्खा झाडल्यावर बिलाचा आकडा पाहून हॉटेल एअर कण्डिशण्ड असूनही घामझोकळ व्हायचं ही कटकट सांगितली कुणी!

एकंदरीतच माझी या असल्या हॉटेलशी वेव्ह-लेंग्थ जुळत नाही! दारापाशी लालभडक कपडे केलेला माणूस ऐटबाज सलाम ठोकतो तेव्हा मी एकदम बावचळून जातो. आजकाल ऑफिसमधले प्यून सिग्नलपाशी कार उभी राहिल्यावर फडक्यानं मोटारीवरची धूळ पुसणाऱ्या पोऱ्याकडे कारचा मालक ज्या तुच्छतेनं पाहतो त्या नजरेनं आपल्याकडे पाहत असतात. तेव्हा 'सलाम' ही दुर्मिळ चीज आपल्या वाट्याला कशी काय आली याचं आश्चर्य मनात वागवीत आपण आत शिरतो.

आतलं वातावरण अगदी गुदमरवून टाकणारं असतं. एवढे पैसे घेतात- झगझगीत दिवे तरी लावायचे? त्या मानानं इराणी बरे! कोपऱ्या कोपऱ्यात ट्यूबलाईटस! हॉटेलभर आरसे असल्यानं ट्यूबलाईटसचा प्रकाश कसा अगदी झगझगत असतो! 'ए' ग्रेड हॉटेलात ठेचकाळत, डोळे फाडून

रिकाम्या टेबलाची शोधाशोध करायची. हे करत असताना टेबलाजवळ बसलेली चित्र विचित्र कपड्यातली मंडळी आपल्याकडे अशा काही नजरेनं पाहते की त्या नजरेला शब्दरूप दिलं तर, 'हा कुठला पौडाचा पाव्हणा इथं वाट चुकला?'' या आशयाचं काहीतरी त्यात असावं.

आपण मग एका कोपऱ्यातल्या टेबलापाशी स्थानापन्न होतो. अशा हॉटेलात एकटं येण्याची छाती नसतेच-त्यामुळे बरोबर एक तरी मित्र असतो. बाकीची मंडळी नुकतंच कुणाला तरी पोचवून आल्याप्रमाणं गप्प बसलेली असतात. आपापसात कुजबुजत असतात. त्यामुळे मित्राशी दिलखुलास गप्पा मारण्याची चोरी!

'यस!' एक सुटाबुटातला, टाय वगैरे लावलेला रुबाबदार माणूस हातातली वही आणि पेन्सिली सरसावीत ऑर्डर घेऊ इच्छितो.

''गरम क्या है?'' उडपी हॉटेलात विचारायचा प्रश्न माझ्या जीभेच्या टोकावर येतो. तेवढ्यात गडबडीनं माझा मित्र म्हणतो-

''व्हेअर इज मेनू कार्ड?''

''यस सर.'' दोन मेनू कार्ड तो पुढं करतो.

''बिअर सर?''

खरी आठ आणे किंमतीची, बाहेर चार रुपयाला मिळणारी बिअर 'ए' ग्रेड हॉटेलात भलताच भाव खाते. त्यामुळे मी नम्रपणे नकार देतो- 'नो बिअर'.

सुटाबुटातला माणूस वरून अंगावर कुणी सांडपाणी टाकल्यासारखी मुद्रा करतो. आता एखाद्याला नसेल आवडत बिअर (महागड्या किंमतीची!) तर तोंड वेडीवाकडी करायची काय?

'मेनू कार्ड' पाहायला आम्हाला उशीर लागतो. बारा ते सोळा पानांचं मेनू कार्ड, शिवाय अनेक मंडळी बिनओळखीची. कॉंटिनेंट-चायनीज-पंजाबी हरतऱ्हेच्या डिशेस ! पदार्थ तोंडओळखीचे असले म्हणजे आपलं बरं असतं. मागं कधीतरी असल्या एका हॉटेलात 'सॉसेजीज' मागविली. खाऊन झाल्यावर तोंड पुसत चौकशी केली, कसली 'होती ही सॉसेजीस?''

''हॉर्स सॉसेजीस-मेड इन ऑस्टेलिया.''

रात्रभर माझ्या डोळ्यापुढं घोडे दौडत होते आणि आयाळीला धरून मी लोंबकाळत होतो.

तर ही बला नको ! पंजाबी पदार्थ स्वदेशी. नाही तरी स्वदेशाभिमान असला पाहिजे प्रत्येकाच्या अंगात!

"दोन चिकन मसाला—"

"सूप?"

"नो."

"करी रायता?"

"नो"

"बैंगणा भरीत?"

"दोन चिकन मसाला-"

सूटवाल्याची माघार.

"नान, परोठा या रोटी?"

हा प्रश्न मला नेहमीच गोंधळात टाकतो. या तिन्हीतला फरक शपथेवर मला सांगता येणार नाही !

"विच इज चीपेस्ट?" आमच्या अंगातलं राजापुरी रक्त उसळून येतं.

"रोटी"

"ओ. के. रोटी लाना ।"

त्याच्याकडे पाहायचं भी तरी कधीच सोडून दिलेलं असतं! सूटवाला झाला म्हणून काय झालं? वेटरच तो!

काटे-चमचे-सुरी या संस्थांवर माझा विश्वास नाही. चिकन हा पदार्थ काट्यानं कसा खावा या विषयावर सहा महिन्यांचा ट्रेनिंग कोर्स कुठं चालू असेल तर मी तो अटेंड करायला तयार आहे! चिकनशी झुंज देताना सरळ सरळ मी हातघाईवर येतो. बाजूच्या टेबलाजवळच्या मिनी स्कर्टवाल्या, इलेफंट-पॅरॅलल-बेलबॉटम-सीथ्रू वगैरे मुली हतबुद्ध होऊन माझ्याकडे पाहात असतात. पण माझं लग्न झालेलं असल्यामुळे मला 'व्हेस्टेड इंटरेस्ट' नसतो. हु केअर्स? मारो गोली ये बेल बॉटमवालीको! चिकनपेक्षा माझा भर फुकटात मिळालेल्या लोणच्यावर अधिक असतो. महिन्याभराचं लोणचं मी

एका वेळी खाऊन घेतो. राजापुरी रक्त-दुसरं काय?

“बिर्याणी?”

“यस-वन”

“ओन्ली वन?”

“यस! एनी ऑबजेक्शन? और लोणचा लाव!” पुढच्या महिन्याचं लोणचं इन ॲडव्हान्स खाऊन घ्यायचं!

“आईस्क्रीम?”

“बिल” काळी दोन.

“पुडींग?”

“बिल” काळी तीन.

“कॉफी?”

“बिल लाना...” काळी पाच.

“मला चिनी मातीच्या भांड्यात कोमट पाणी. वर लिंबाची एक फोड.”

आपल्या बरोबरीचा मित्र आपण पहिल्यांदा असल्या हॉटेलात गेलो तेव्हा लिंबू पिळून ते कोमट पाणी कसं प्यालो याचं रसभरीत वर्णन करतो. चूळ भरायला न मिळाल्यानं मी मात्र अस्वस्थ! मग टूथपिक दातात घालायची. चिकनचे स्नायू दातातून काढायचा व्यर्थ खटाटोप. ‘ए’ ग्रेड हॉटेलात जाऊन आल्याचा पुरावा म्हणून मूठभर टूथपिक्स खिशात घालून नेण्याचा मोह होतो पण मिनी-मॅक्सीकडे पाहून मी तो टाळतो.

मग तो आणीबाणीचा क्षण. बिल घेऊन वेटर येतो. दोनशे बेचाळीस रुपये? बापरे!

“दो चिकन-एक बिर्याणीका इतना कैसा हो गया?”

सुटबूटवाला एकदम स्थितप्रज्ञ!

“सिक्स रोटी-”

“ओ. के. तरी पण इतना बिल?”

“सॉस”

“हूं-”

“एक्स्ट्रा पिकल्स-”

"अच्छा-"

"सेल्स टॅक्स-"

"काय-सेल्स टॅक्स?"

"फिफ्टीन पर्सेंट!"

"आपके सूटबूट टायका पैसा क्यूँ नही लिया?"

"पार्डन?"

"कुछ नही! सौ रुपयेका चिल्लर है?"

स्थितप्रज्ञ माणसाला किती टीप् द्यायची असते हे काही भगवद्गीतेत सांगितलेलं नाही.

"किती देऊ रे टिप्?"

"दे चार-पाच रुपये!" मित्र उदारपणे सांगतो. पैसे माझे, त्याचं काय जातंय?"

"ही टिप् देण्याची पद्धत माझ्या तत्त्वात बसत नाही. त्यानं त्याचं काम केलं- तो मालकाकडून पगार घेणारच की."

"काय आहे, हे आपले टेबल एटिकेटस्- मोठ्या हॉटेलातले एटिकेटस. तत्त्वात बसत नसतील तर तत्त्वं बदलली पाहिजेत."

"बरं-बरं" मी दहा रुपयाची नोट बशीत ठेवतो. तो दुष्ट माणूस ती नोट अशा तऱ्हेनं उचलून आपल्या खिशात टाकतो की क्षणभर वाटतं त्याचा खिसा हा रस्त्यावरचं पिंप आहे आणि दहा रुपयाची नोट मेलेला उंदीर आहे! बाहेर आल्यावर एकदम मोकळं मोकळं वाटतं, सुटल्यासारखं वाटतं.

"तरी मी सांगत होतो तुला-आपण श्रीकृष्ण बोर्डिंग हाऊसमध्ये जाऊ-फुल प्लेट घेऊ-अरे-तिथं शेवग्याच्या शेंगा घालून केलेलं पिठलं-ताकाची कढी इतकी मस्त लागते-" मी मित्रावर ओरडतो.

"आता जाऊ या का मग?" मित्र शांतपणे.

खिशातल्या सत्तावन्न रुपयांवर हात दाबून घरीत मी शपथ घेतो-पुन्हा म्हणून असल्या हॉटेलच्या वाटेला जायचं नाही!

स्वातंत्र्योत्तर काळात समाजातील जाती कितपत नाहीशा झाल्या आहेत, जाती-जातींमधील स्नेहसंबंध कितपत जिव्हाळ्याचे आहेत की अजून

'जी जात नाही ती जात' हीच व्याख्या कायम आहे याचा समाजशास्त्रीय अभ्यास मी केलेला नाही. माझ्या आजूबाजूला एक नवीनच जात निर्माण झालेली दिसून येत आहे. ती म्हणजे नवश्रीमंतांची जात. खेडोपाडी आजकाल बांडगुळाप्रमाणं हा नवश्रीमंतांचा वर्ग अस्ताव्यस्तपणे वाढतो आहे, असं ऐकून आहे. परंतु ह्या नवश्रीमंतांशी जवळून संबंध आलेला नाही. ग्रामीण भागातील हे लोक लक्षभोजनं वगैरे घालतात आणि पुन्हा त्याचं निर्लज्जपणे समर्थन करतात, एवढीच माझी त्यांच्या विषयीची मर्यादित माहिती. मात्र शहरातले नवश्रीमंत नको म्हटलं तरी जवळपास आढळतात. या जातीनं समाजात आणि माझ्या शत्रूंच्या संख्येत नव्यानं भर घातली आहे हे निश्चित.

पिढीजात श्रीमंतांचं एक वेगळंच तेज असतं. श्रीमंतीत ते लोक लोणचं मुरावं तसे मुरलेले असतात. त्यांच्या बोलण्यात-वागण्यात एक खानदानी अदब दिसते. नवश्रीमंतांचं सारंच वेगळं. वैधअवैध मार्गानं भरपूर पैसा मिळू लागतो. मग रहिमतपूर गावचा म्हादबा पाटील पार्लमेंटला निवडून यावा आणि म्हणूनच विमानानं दिल्लीला निघावा तेव्हा त्याचं वागणं जसं काही असेल तसं वागणं या नवश्रीमंताचं असतं.

एरवी आपली नजर टाळणारा हा नवश्रीमंत मोटारीचा कच्चदिशी ब्रेक दाबून बसच्या क्यू समोर थांबतो आणि मोटारीतून डोकं बाहेर काढून हाका मारतो- ''अहो केयूर साठे- या, घरीच चाललात ना?'' (पिढीजात श्रीमंत मोटारीत बसून ओरडणार नाही. मोटारीतून उतरेल, जवळ येईल आणि मृदू भाषेत विचारील- तर ते असो!)

आपण नकळत त्यांच्याकडून लिफ्ट घेतो. वाटेत त्याची बडबड चालू असते, ''हल्ली भेटत नाही.''

''तुम्हीच गडबडीत असता. आमचं आपलं रूटीन चालू असतं.''

''हो. तेही खरंच! आजकाल कामं इतकी वाढली आहेत आणि रोज पार्ट्या हो! परवा 'ताज' मध्ये गेलो. 'रॉयल सॅल्युट' ची पार्टी. हजार रुपये एक पेग- 'ऑल इंडिया मॅन्युफॅक्चरर्स असोसिएशन'च्या साऊथ-वेस्ट बॉम्बे ग्रुपच्या सबकमिटीची मिटींग होती. काल 'ऑबेरॉय' मध्ये जेवण मस्त होतं बरं का- तुम्ही पाहिलंच असेल ऑबेरॉय- नाही पाहिलं? कमाल आहे!

एकदा जाऊ आपण-आता उद्या रिटझ हॉटेलमध्ये सेमिनार आहे. जावं लागतं-पब्लिक काँटॅक्ट! परवा जेवायला येता?''

''कुठं ऑबेरॉयमध्ये?'' आपण बेसावधपणे.

''छे हो- मला आलाय हॉटेलमधल्या जेवणाचा वीट! तुमच्या निमित्तानं घरचं जेवण मिळेल! हः हाः! वैनीना घेऊन या. फोन आहे की नाही घरी? नाही? अरेच्चा ! मी दोन घेतले आहेत. बेडरूममध्ये एक आणि ड्रॉइंग रूममध्ये एक. बेबीला वेगळा फोन हवाय म्हणे! तिला तिच्या बॉयफ्रेंडसशी न् गर्लफ्रेंडसशी गप्पा मारायच्या असतात ना प्रायव्हेट!''

''बेबी किती वर्षांची आहे?''

''पंधरावं वर्ष मागल्या महिन्यात लागलं तिला. ग्रँड पार्टी होती घरी! तुम्हाला आमंत्रण द्यायचं राहून गेलं गडबडीत-माखनजी खिमजी आले होते. फेरोज गग्राट आला होता-सोली बाटलीवालानं काय प्रेझेंट द्यावं बेबीला?''

''काय दिलं?'' माझा निरर्थक प्रतिप्रश्न. मनात विचार-खिमजी, ग्रगाट जगप्रसिद्ध व्यक्ती असून आपल्याला कशा माहीत नाहीत?

''अहो-तोशिबा टी.व्ही. जपानमेड. म्हणजे माझ्याकडे ग्रंडीग होताच आधीचा. हा टी.व्ही. बेबीच्या खोलीत.''

''आणि बेडरूममध्ये?''

''इंडियन टी. व्ही. घ्यावा म्हणतो तिथं ठेवायला! सारखा बंद पडणार म्हणजे बेडरूममध्ये फार कटकट नको. हा हाः ! तुमचं ऑफिस कसं चाललंय? तुमचा बॉस आमच्या क्लबाचा मेंबर आहे. आम्ही रमी खेळतो एकत्र. दहा रुपये पॉईंट. एकेका बैठकीला चार-सहा हजार उडतात-तर तुमचं काही काम असलं तर मी तुमच्या बॉसला-''

''कसलं काम असणार आमचं?''

''बाकी साठे-तुम्ही वर्गात नेहमी फर्स्ट. त्या मानानं मागं पडलात-अजून बसच्या क्यूमध्ये-वाईट वाटतं! तर परवाचं नक्की ना? वैनींना घेऊन बरं का-!''

कोणत्या गाफील क्षणी आमंत्रण स्वीकारलं असं वाटू लागतं!

कारण मोठ्या तयारीनं आपण सौसह त्याच्या घरी जावं तर यजमान

पती-पत्नींचा पत्ता नाही! स्वागताला बेबी! टी.व्ही. पाशी बॉयफ्रेंडसना भोवती घेऊन बसलेली ! ''पप्पांनी बसायला सांगितलंय. येतील आता.'' एवढाच निरोप. मग तास दीड तास वाट पाहायची!

''सॉरी साठे. सॉरी वैनी. तर काय झालं-डेप्युटी सेक्रेटरीच्या मुलीचं लग्न चुकवून चालणार नाही. इंपोर्ट लायन्सेन्स वगैरे-हिऱ्याच्या कुड्या आहेर द्याव्या लागल्या.''

''हिऱ्याच्या कुड्या?'' आमची सौ. विजेचा धक्का बसल्याप्रमाणं एकदम दचकून.

''तर काय हो? मागं त्या मिनिस्टरच्या मुलीला दागिन्यांचा सेट द्यावा लागला.'' सौ. नवश्रीमंत.

''घर पाह्यलं की नाही, बेडरुम एअर कंडिशन्ड करून घेतलीय. उकाड्याचा भारी त्रास होतो हो! आरामात बसा. सोफा फारसा कम्फर्टेबल वाटत नाही का?''

''छे छे. छान आहे की!''

''ऊंऽहूं ! हा सेट मी काढून टाकणार आहे. पुढल्या वेळेला याल तेव्हा वेगळा सोफा सेट असेल! काय व्हिस्की थोडी घेणार ना? ॲपेटायझरभूतानची व्हिस्की की जीन घेणार? फॉरिन स्टफ-इंडियन काही ठेवतच नाही मी, आतल्या खोलीत सेलर करून घेतलाय ! सर्व तऱ्हेची ड्रिंक्स.''

''तुम्हाला काश्मीरहून आणलेली ती सफरचंदाची वाईन देऊ का?'' सौ. नवश्रीमंताचा सौ. ना प्रश्न.

''इश्श! मी नाही घेत तसलं काही-'' वाईकर भटजींची मुलगी ही!

''मी नव्हते घेत हो पूर्वी- पण आता सोसायटीत वावरायचं म्हणजे सगळं काही करावं लागतं. मनाविरुद्ध बरं का? नाही तर कसं बाजूला पडल्यासारखं होतं! तर काय सांगत होते. समरमध्ये आम्ही काश्मीरला गेलो होतो प्लेननं. पंधरा दिवस राहिलो. किती खर्च यावा?''

''आमच्या शेजारचे जोशी गेले होते बायकोला घेऊन. दहा हजार खर्च आला म्हणे!''

“माय गुडनेस! दहा हजार नुसता विमानाचा खर्च एका वेळचा! आम्ही सत्तावीस हजार खर्च केले. सत्तावीस हजार आठशे म्हणजे अठ्ठावीस हजारच की!”

“ड्रायफ्रुटस घेतली दीड हजारांची-”

“डिनरनंतर ह्यांच्यासाठी अक्रोड आणायला सांगा डिसूझाला-आत चला-मी फर्निचर दाखवतो. इंटिरियर डेकोरेशनवर भरपूर खर्च केला की! मला पहिल्यापासून आवड. हा पीस आहे ना? त्यासाठी मी साडेसहा हजार दिले- एखादी गोष्ट आवडली की पैशाकडे पाहायचं नाही ! माझ्याकडे क्रोकरीच आहे नऊ हजाराची-” तर हे असं सतत चालू असतं. ती भूतानची व्हिस्की न ते आक्रोड आपपल्या जागी सुखेनैव कालक्रमणा करीत राहातात- कधी एकदा ते डिनर पोटात पडतं आणि इथून कधी पळ काढतो असं होऊन जातं! पण नवश्रीमंत चुकून हाती पडलेल्या मोत्याच्या माळेतील प्रत्येक मणी त्या मारुतीप्रमाणं फोडत बसतात आणि त्याचा त्रास आपल्याला! सध्याच्या स्मगलिंग, ब्लॅकमनी आणि करप्शनच्या युगात माझे अनेक मित्र व ओळखीचे मित्र भराभरा नवश्रीमंत होताहेत आणि माझ्या शत्रूंचा गट दिवसेंदिवस फोफावत चालला आहे!

◈◈◈

- ३ -

एका महान संशोधनाची गोष्ट !

महाराष्ट्रातील थोर इतिहास संशोधक श्री. सदाशिवराव दशपुत्रे, ग्रँटरोड स्टेशन जवळच्या त्यांच्या आवडत्या रद्दीच्या दुकानात उभे होते. या दुकानात गेली अनेक वर्षं ते नियमितपणे येत व रद्दी निवडून ऐतिहासिकदृष्ट्या महत्त्वाची कागदपत्रं धुंडाळून पहात. अनेक कागदांच्या आधारे मराठी इतिहासातील कच्चे दुवे त्यांनी जुळवले होते आणि इतिहासातील अज्ञात भागांवर प्रकाशझोत टाकला होता. याठिकाणी गेल्या पंचवीस वर्षांत त्यांना अनेकदा अनपेक्षितपणे मोलाचा पुरावा सापडला होता आणि मनातल्या मनात 'युरेका-युरेका' म्हणत त्यांनी खूप वेळा ग्रँटरोड स्टेशनच्या दिशेनं धाव घेतली होती! सुमेरसिंगनं आपल्या मुलाला लिहिलेलं उर्दू भाषेतील पत्र त्यांना एकदा रद्दीत मिळालं होतं. त्या पत्राच्या आधारानं नारायणराव पेशव्यांच्या खुनाबद्दल खळबळजनक माहिती सांगणारा प्रबंध त्यांनी लिहिला होता आणि तो सर्वत्र गाजला होता. एकदा त्यांना दुसऱ्या बाजीरावाच्या रखेल्यांची यादी मिळाली होती. ती प्रसिद्ध करण्यासाठी इतिहास संशोधनास वाहिलेल्या एका मासिकास खास

अंक काढावा लागला होता !

दशपुत्र्यांनी बराच वेळ रद्दी चाळली. पण सिनेमाच्या मासिकांशिवाय व जुन्या पाठ्यपुस्तकांच्या सुट्ट्या पानांशिवाय त्यांना काहीच मिळालं नाही. निराश झाल्याने ते परत जाऊ लागणार तेवढ्यात त्यांना एक चुरगळलेला कागद मिळाला. त्यांनी तो सहज उलगडून पाहिला...आणि ते चमकलेच ! तो बँक ऑफ महाराष्ट्राचा चेक होता. चेकवर ३ जून १६७४ ही तारीख होती !

म्हणजे? नेमक्या शिवाजीच्या राज्याभिषेक दिनाची तारीख? चेक तीनशे रुपयांचा होता. शिवराम अनंत जोशी या नावानं काढलेला होता आणि कुणा हरी मोरो कर्णिकची खाली वळणदार मोडीत सही होती !

दशपुत्र्यांचा आनंद गगनात मावेना? सहज जाता जाता त्यांना केवढा महत्त्वाचा शोध लागला होता! तीनशे वर्षांपूर्वीचा चेक! पुन्हा ऐतिहासिक महत्त्वाचा. शिवाजीमहाराज ज्या दिवशी रायगडावर गागाभट्टाकडून स्वत:वर राज्याभिषेक करून घेत होते-हजारो सेवकांच्या साक्षीनं ज्या दिवशी गोब्राह्मण प्रतिपालक छत्रपती शिवाजींनी राजेपदाची बिरुदं छातीवर-माथ्यावर माळली, पुत्राचं कर्तृत्त्व पाहून, स्वप्न साकार झालेलं बघून-ज्या दिवशी माता जिजाबाईच्या नयनातून अश्रूधारा वाहत होत्या, त्या दिवशी लिहिलेला महाराष्ट्र बँकेचा चेक! वा-! इतिहास संशोधक म्हणून आपण आजपर्यंत जे यश मिळवलं आहे त्यावर मानाचा तुरा चढणार यांत बिलकूल संशय नाही!

मनातल्या मनात 'युरेका...' पुटपुटत ते धावतच ग्रँटरोड स्टेशनवर आले. दादरला पायउतार होऊन खुष्कीच्या मार्गानं त्यांनी घराकडे कूच केलं.

रात्रभर त्यांना झोप लागली नाही. या कुशीवरून त्या कुशीवर ते तळमळत होते. त्या एका चेकच्या आधारानं अनेक गोष्टी सिद्ध होणार होत्या. सावधगिरीनं पावलं टाकणं जरूर होतं. ३ जून १६७४ रोजी हरी मोरो कर्णिकनं आणखी काही चेक कुणाच्या नावानं दिले असतील आणि ते दुसऱ्या कुणा संशोधकाला सापडले असतील तर आपल्याला मिळणार असलेलं श्रेय भलताच कुणी उपटायचा! तेव्हा हाती असलेल्या चेकवरून इतिहासावर प्रकाशझोत टाकण्याचं काम करीत असतानाच प्रतिस्पर्ध्यांना मिळालेलं चेक किती खोटे आहेत हे सिद्ध करण्याची तयारी करणं आवश्यक

होतं. एवढ्या जबाबदाऱ्या अंगावर असताना गाढ झोप येईलच कशी?

दुसरे दिवशी सकाळी उठून ते बँक ऑफ महाराष्ट्रच्या दादर शाखेत गेले. तेथल्या एजंटाना भेटले.

"तुमची बँक स्थापन होऊन किती वर्षं झाली?" दशपुत्र्यांनी पहिला प्रश्न विचारला. हा प्रश्न विचारताना त्यांनी डोळे बारीक केले होते आणि ओठ मुडपले होते. एकाच वेळी औत्सुक्य व संशय दाखविण्यासाठी तसं करणं त्यांना आवश्यक वाटलं.

"झाली असतील तीस पस्तीस वर्षं-"

"तुमच्या अज्ञानाची मला कीव येते!" दशपुत्रे छद्मीपणानं म्हणाले.

"कशाची कीव येते?" एजंटानं चमकून विचारलं.

"तुमच्या अज्ञानाची कीव येते!"

"का म्हणून?"

"तुमची बँक स्थापन होऊन तीनशे वर्षं होऊन गेली याचा तुम्हाला पत्ताही असू नये म्हणजे कमाल आहे!"

"काय तीनशे वर्षं?"

"त्याहून अधिक पण कमी नव्हे!"

तो एजंट मोठमोठ्यानं हसू लागला. मग म्हणाला "तुमच्या ह्याचं मला हसू येतं!"

"ह्याचं म्हणजे कशाचं?"

"ते नाही सांगत. सभ्यतेला ते धरून होणार नाही!"

"बरं बरं!" संताप आवरून दशपुत्रे उद्गारले.

"अहो दशपुत्रे की कोण ते, तीनशे वर्षांपूर्वी बँक ही संस्था अस्तित्वात तरी होती काय? भारतात पहिली बँक स्थापन होऊन अजून शंभर वर्षं झाली नाहीत-"

"व्हेरी गुड!"

"काय व्हेरी गुड?"

"माझ्या संशोधनाची मजल अर्थशास्त्रापर्यंत पोचते म्हणून ! मी आता सिद्ध करीन बँक ही संस्था तीनशे वर्षांपूर्वी होती. महाराष्ट्रात तरी

होती. इतकंच नव्हे तर शिवाजीच्या राज्याभिषेकाच्या दिवशी कर्णिक नावे कोणी गृहस्थानं जोशी नामे गृहस्थाला तीनशे रुपयांचा चेक दिला होता-!''

''करा करा जरूर करा-नेक्स्ट-''

''काय नेक्स्ट?''

''तुम्हाला नव्हे-नेक्स्ट कोण भेटायला आलंय त्यांना आत पाठवून द्या असं मी शिपायला सांगितलंय!''

दशपुत्रे बाहेर आले. ते नाउमेद झाले नव्हते. संशोधकाच्या जीवनात असे सुखदु:खाचे प्रसंग येणारच!

आता पुढचा दुवा जुळवणं आवश्यक होतं. हा कर्णिक कोण? आणि त्यानं जोशीला पैसे का दिले?

कर्णिक एक तर सारस्वत असतात किंवा चांद्रसेनीय कायस्थ प्रभू. कर्णिक सारस्वत असेल काय? सारस्वत लोक सरस्वती नदीच्या तीरावरून महाराष्ट्राकडे कधी आले? पहिल्या सारस्वतानं महाराष्ट्रात कधी पाऊल ठेवलं?

दशपुत्रेंनी सारस्वतांचा इतिहास चाळला. पोर्तुगीजांच्या जुलुमामुळे अनेक सारस्वत गोव्याहून बाहेर पडले ही गोष्ट खरी-पण त्यापैकी कुणी सारस्वत छत्रपतींच्या पदरी होता काय? पैशाचं खातं कोण चालवत होतं? चिटणीस किंवा चिटणवीस. ही मंडळी सी. के. पी.-म्हणजे कर्णिक सी. के. पी. असणार! एक दुवा जुळला. चिटणीसांच्या हाताखाली असलेल्या कर्णिकांनी हा तीनशे रुपयांचा चेक शिवराम अनंत जोशीला दिला होता हे निश्चित झालं!

पण हा शिवराम अनंत जोशी कोण? जोशी म्हणजे चित्तपावन कोकणस्थ. भटजीबुवा. दशपुत्रेच्या डोक्यात प्रकाश पडला. त्यांनी पुण्याला जाऊन दहावीस रुमाल उघडून पाहिले. छत्रपतींच्या राज्याभिषेकाच्या वेळी गागाभट्ट काशीच्या ब्राह्मणासह लोकल भटजी किती होते याची यादी मिळविण्याचा प्रयत्न केला. अनेक रुमाल सोडवून कागदाचे कपटे न्याहाळल्यावर, धुळीची पुटं झाडून शोध घेतल्यावर त्यांना काही नावं मिळाली. जोशी उपनावाचे एकूण सदतीस भटजी रायगडावर राज्याभिषेक सोहळ्यात भाग घेण्यासाठी गेले होते अशी माहिती त्यांच्या हाती पडली.

मी सहज त्यांच्या घरी गेलो होतो. त्यावेळी ते त्या सदतीस जोशींची

नामावली तपासण्यात मग्न होते.

"सापडला!" दशपुत्रे मी दिसताच ओरडून म्हणाले.

"कोण सापडला? काय सापडला?" मी गोंधळून विचारलं.

"जोशी सापडला. अनंत शिवराम जोशी. चिपळूणहून आलेला भट!" मला तपशीलवार माहिती देऊन दशपुत्रे म्हणाले, "चला, आणखी एक महत्त्वाचा दुवा सापडला!"

"पण तुम्ही तर म्हणता शिवराम अनंत जोशी हे नाव चेक वर आहे म्हणून."

"काय हे? एवढी साधी गोष्ट ध्यानात येत नाही? शिवराम अनंत हा अनंत शिवरामांचा मुलगा–"

"बापही असू शकेल–" मी हसून म्हटलं.

"त्याची खातरजमा मी केलीय! अनंत शिवराम जोशींचं वय - ७६ असल्याचं त्या कागदावर नमूद केलंय."

"म्हणून काय झालं?"

"अहो...बाप असता तर त्याचं वय कमीत कमी ब्याण्णव पाहिजे- काय! जास्तच हवं पण-कमी नाही!"

"ठीक ! पण यानं काय सिद्ध होतं?"

"केयूर साठे...तुम्ही एका इतिहास संशोधकाशी बोलता आहात..."

"मग?"

"अहो...चिपळूण गावी नव्वद वर्षांपर्यंत पोचलेला पहिला जोशी अठराशे सत्तर साली वारला! चिपळूणकर जोशी घराण्याचा इतिहास मी तयार करतो!" ते विजयी मुद्रेनं म्हणाले,

"बरं-समजा—शिवराम अनंत हा अनंत शिवरामांचा मुलगा-पुढं काय?"

"राज्याभिषेकाच्या वेळी अनंत शिवराम व शिवराम अनंत हे पितापुत्र रायगडावर हजर होते. त्यांना महाराजांच्या दप्तरखान्यात काम करणाऱ्या हरी मोरो कर्णिकनं तीनशे रुपयांची बिदागी दिली आणि ती रोख न देता चेकनं दिली! यावरून किती तरी गोष्ट स्पष्ट होतात."

"कोणकोणत्या?" मी भाबडेपणानं विचारलं.

''छत्रपतींच्या वेळी महाराष्ट्र बँक होती. त्या बँकेतर्फे छत्रपतींचे सर्व आर्थिक व्यवहार होत असत. राज्याभिषेकाच्या वेळी पितापुत्रांत मिळून तीनशे रुपये बिदागी... म्हणजे दरडोई दीडशे रुपये एवढी प्रचंड रक्कम...''

''प्रचंड?''

''काय केयूर साठे? सोळाशे चौऱ्याहत्तर साली दीडशे रुपयांची किंमत आताच्या दीड लाख रुपये किंमतीची आहे हे तुमच्या लक्षात आलं नाही म्हणजे कमाल आहे! असो. माझ्या संशोधनामुळे भारताचा आर्थिक इतिहास नव्यानं लिहावा लागेल...''

''तो कसा काय?''

''बँकेची स्थापना कधी झाली- महाराष्ट्रात प्रथम बँक स्थापन झाली की त्यावेळी बाहेर आणखी काही बँका होत्या...चेकने सर्रास व्यवहार भारतात व महाराष्ट्रात किती वर्षांपूर्वी सुरू झाले-शिवाय बँकांना इंग्रजी नाव देण्याचं कधीपासून सुरू झालं-मी आता या सर्व प्रश्नांकडे वळणार आहे! एका चुरगाळलेल्या चेकमुळे किती महत्त्वाच्या संशोधनास दिशा मिळाली ! आता त्या महाशब्देची न् बामण गावकऱ्यांची अशी फॅ फॅ उडेल!''

''हे कोण लोक?''

''माझे प्रतिस्पर्धी ! मला सदैव पाण्यात पाहणारे! माझ्या इतिहास संशोधनाची चेष्टा करणारे ! माझा ग्रंथ तयार झाला की चेकचे दोन तुकडे करून, त्याचे बोळे करून दोघांच्या बोळक्यात घालतो!''

त्यांच्या मनात आणखी काही हिंसक विचार येण्यापूर्वीच मी तिथून काढता पाय घेतला!

त्यानंतर दशपुत्रे केव्हाही भेटले तरी आपल्या महान संशोधनात दंग असलेले मला दिसले. इतिहासाबरोबर त्यांनी अर्थशास्त्रावरील पुस्तकांचं वाचन सुरू केलं होतं. सतराव्या शतकातील सामाजिक परिस्थितीचा मागोवा की कानोसा घेण्याचं काम अव्याहत चालू होतं. घरी गेलो तर पुस्तकांच्या ढिगाऱ्यात मध्यभागी ते बसलेले दिसत. वाटेत भेटले तर प्रचंड ग्रंथांचा भार सांभाळीत घामाघूम होऊन संथपणे पावलं टाकताना दिसत. सहज मिळालेल्या चेकनं त्यांच्या आयुष्यात प्रचंड उलथापालथ करून टाकली होती यांत

संशय नव्हता!

एकदा मी रात्री रेडिओ ऐकत बसलो होतो. शेजारचा संजीव मला भेटण्यासाठी आला. वय वर्षे वीस-एकवीस. कॉलेजात ज्युनिअर बी. ए. च्या वर्गात होता.

"काका, हा फॉर्म घ्या. वाचा आणि छोटी देणगी द्या."

"कशासाठी?"

"शिवाजी महाराजांच्या पुतळ्यासाठी."

मी फॉर्म घेतला. वाचला. शिवाजी महाराजांच्या राज्याभिषेकास लवकरच तीनशे वर्षं पूर्ण होणार—त्या निमित्तानं कुठल्यातरी किल्ल्यावर पुतळा बसविण्यासाठी पैसे गोळा करण्याची मोहीम संजीवच्या कॉलेजतर्फे काढण्यात आली होती. कॉलेजमधल्या 'इतिहास विभागा' तर्फे हे काम चालू होते. खालती सही होती-'प्राध्यापक एच.एम.कर्णिक' मी फॉर्म परत देऊ लागलो आणि लगेच मला आठवलं-एच. एम. कर्णिक—नाव ओळखीचं दिसतंय.

मी संजीवला विचारलं "या एच. एम. कर्णिकांचं पूर्ण नाव काय रे?"

"कुणास ठाऊक! आम्ही त्यांना काननबाला म्हणतो!"

"काननबाला? बापरे ! ते का?"

"त्यांच्या कानावर भरपूर केस आहेत म्हणून!" संजीव खो खो हसत म्हणाला.

"म्हणा-काहीही म्हणा! त्यांचं संपूर्ण नाव काय, ते सांगशील मला उद्या?"

"देणगी दिली तर सांगेन ! काननबालानं गळ्यात हे काम टाकलंय आमच्या!"

"देईन—पण उद्या—"

दुसरे दिवशी संजीव संध्याकाळी घरी आला. "काका, काननबालाचं संपूर्ण नाव हरी मोरो कर्णिक."

"व्हेरी गुड! किती देणगी पाहिजे तुला?" मी त्याला खुषीनं पंचवीस रुपयांची देणगी देऊन टाकली. मग म्हटलं, "मला त्यांची भेट घ्यायची आहे."

"घ्या ना. केव्हाही स्टाफरुममध्ये या! टक्कल पडलेले आणि ज्यांच्या कानावर भरपूर केस—"

“समजलं, समजलं!”

मी लवकरच तातडीनं प्रा. हरी मोरो कर्णिक यांची भेट घेतली. संजीवच्या कॉलेजच्या स्टाफरुममध्ये मी गेलो तेव्हा विविध आकारांची टकलं पडलेले पाच प्राध्यापक मला दिसले. पण संजीवने सांगितलेल्या खुणेमुळे प्रा. हरी मोरोंना शोधून काढण्याला अडचण पडली नाही. शिवाजी महाराजांच्या जीवनावरील अनेक ग्रंथ समोर मांडून ते विचारात गढून गेलेले दिसले.

“माझं तुमच्याकडे छोटंसं काम आहे.” मी म्हटलं.

“सांगा! बंदा सेवेस हाजीर आहे.” ते उत्तरले.

“तीनशे वर्षांपूर्वी तुमचे कोणी पूर्वज शिवाजी महाराजांच्या दफ्तरखान्यात नोकरीला होते काय?”

“असतील ! कशावरून?”

“त्याचं नाव हरी मोरो कर्णिक असंच होतं ही गोष्ट खरी काय?”

“असेल, पण का?”

“शिवराम अनंत जोशी हे नाव तुमच्या कानावरून गेलंय्?”

त्रोटक बोलणारे प्रा. कर्णिक एकदम उसळले.

“शिवराम अनंत जोशी? तो अधम माणूस?”

“अधम?” मी आश्चर्यानं प्रश्न केला.

“घरमालकाला अधम म्हणायचं असतं! हवं तर नीच म्हणावं!”

“घरमालक? ते तर भटजी होते ना? शिवाजीमहारांच्या राज्यभिषेकाच्या वेळी गागाभट्टाबरोबर ते रायगडात होते त्यांच्या तीर्थरुपांसह.”

प्रा. कर्णिक खो खो हसू लागले. स्टाफरुममधले ते टक्कलवाले आणि अन्य प्राध्यापक चमकून आमच्या दिशेनं पाहू लागले.

“आमच्या घरमालकांचं वय तीनशेहून अधिक असेल असं मला वाटलं नव्हतं!”

“म्हणजे काय? याचा अर्थ असा की आताचे तुमचे घरमालक कोणी शिवराम अनंत जोशी नावाचे आहेत?”

“दुर्दैवानं खरं आहे ते!”

“काय योगायोग पहा.” मी पुटपुटलो.

“काय झालं?” त्यांनी विचारलं.

“अहो...तीनशे वर्षांपूर्वी तुमच्या नावाच्या एका गृहस्थानं त्यांच्या नावाच्या माणसाला तीनशे रुपयांचा एक चेक दिला होता...”

“मीही त्यांना तीनशेचा चेक दिला होता.” ते गुरगुरत म्हणाले.

“काय म्हणता ! कशासाठी?”

“दोन महिन्यांच्या भाड्यासाठी!”

“तीनशेचा चेक? कमाल आहे?”

“काय गंमत झाली- बँक तो चेक घेईना! बेअरर होता. माझ्या अकाऊंटमध्ये पैसे असूनदेखील तो चेक बँकेनं त्यांना परत दिला...”

“का परत दिला?” मी गोंधळलो होतो.

“ओळखा पाहू!” ते पुन्हा खो खो हसू लागले. स्टाफ रुममधले प्राध्यापक पुन्हा आमच्याकडे रोखून पाहू लागले.

“नाही ओळखता येत!” मी पराभव कबूल केला.

“त्याचं काय झालंय-सरकारनं शिवाजी महाराज राज्याभिषेक पुतळा कमिटीवर माझी तीन-चार महिन्यांपूर्वी नेमणूक केली. तेव्हापासून मी त्या कामात दिवसरात्र गर्क! सारखी ती ३ जून १६७४ तारीख डोळ्यापुढं!”

“बरं मग?”

“तर मी जोशी घरमालकाला भाड्याचा चेक दिला, त्यावर चक्क तीच तारीख घालून टाकली! गडबडीत! त्यांनी तो चेक बँकेला दिल्यावर काऊंटरवरला क्लार्क काय म्हणाला असेल?”

“काय म्हणाला?”

“अहो, तो म्हणाला, आम्ही जास्तीत जास्त सहा महिन्यांपर्यंत चेक स्वीकारतो. तीनशे वर्षांपूर्वीचा नाही!” पुन्हा ते खो खो हसू लागले. स्टाफ रुम मधल्या बाकीच्या मंडळींची नजर चुकवीत मी स्टाफरुमबाहेर सटकलो!

हा प्रकार इतिहास संशोधक दशपुत्रेंना सांगण्याचा बेत मात्र मी रोज उद्यावर ढकलीत आहे!

दरम्यान दशपुत्रेंचं महान संशोधन जोरात चालू आहे !!!

◈◈◈

- ४ -

मराठी लेखिकांची वैतरणा ट्रीप

अखेर वैतरणा धरणावर जायचं निश्चित ठरलं. खरं म्हणता कुठंतरी ट्रीप काढायची कल्पना एका वर्षापूर्वी निघाली होती. 'वनिता मंडळा'च्या हॉलमध्ये पहिल्या बैठकीला चांगल्या पंचेचाळीस लेखिका उपस्थित होत्या. नंतर हा उत्साह कमीकमी होत गेला. चौकशी अंती, उत्साह कमी व्हायला अनेक कारणं घडली. कुणाच्या घरी अडचण होती. दोघां लेखिकांची लग्नं झाली आणि त्या मुंबईबाहेर गेल्या. कुणी म्हणालं (नाव सांगत नाही), "हँ! नुसत्या लेखिकांनी ट्रीप काढण्यात काही थ्रिल नाही! पंधरावीस लेखक बरोबर पाहिजेत!" कुणी म्हणाले, "अमुकतमुम येणार असतील तर आम्ही येणार नाही." तर कुणाचं म्हणणं, "अमुकतमुक आल्या तरच आम्ही येणार!"

हो-ना करता करता पंधराजणी तयार झाल्या. 'हळदीकुंकू' मासिकात 'थांब लक्ष्मी, कुंकू लावते' सदर नियमितपणे लिहिणाऱ्या कु. शैला डोंगरे, 'अंड्याचे विविध पदार्थ' कर्त्या सौ. अचला कर्णिक, 'काय म्हणताय?

पहिली खेप आहे?' हे उपयुक्त पुस्तक लिहिणाऱ्या डॉ. चंद्रा पाटील, 'इंदु साक्रीकर' कथास्पर्धेसाठी सतत तीन वर्षं कथा पाठवणाऱ्या सौ. अनसूया तुमपल्लीवार, 'क्वॅक क्वॅक क्वॅक' हा बालगीतसंग्रह लिहिणाऱ्या कु. शरयू ब्रह्मनाळकर (साहित्यविशारद, राष्ट्रभाषा-कोविद), 'हे मेल्ले पुरुष!' कादंबरी लिहिणाऱ्या कु. तारा देवधर (बी. ए. बी. टी; डिप्लोमा इन फिजिकल एज्युकेशन, कांदिवली), 'माझं पुराण' कर्त्या श्रीमती गंगाबाई तुळजापूरकर या नामवंत लेखिका आल्या होत्या. आमच्याबरोबर प्रमिलाराजे सोंडूरकर याही होत्या. त्यांची 'वडारणीची चोळी' ही कादंबरी अश्लील म्हणून भलतीच गाजली होती. या महान लेखिकांप्रमाणे साहित्यक्षितिजावर नुकत्याच लुकलुकू लागलेल्या तारकाही होत्या. पहिल्या खेपेच्या वेळी स्त्रिया जशा नर्व्हस असतात, तशा काही तारका नर्व्हस दिसत होत्या. पण ज्येष्ठ लेखिकांच्या सहवासात त्यांची भीड चेपेल असा आम्हांला विश्वास होता.

वेणीफणी आटोपून ठरलेल्या ठिकाणी बायका जमेपर्यंत नऊ वाजले. बस भन्नाट वेगाने वैतरणेच्या मार्गाला लागली, तशा बायका मोकळेपणानं बोलू लागल्या. कु. शरयू ब्रह्मनाळकर यांनी 'बस कशी निघालीय- झुक झुक झुक झुक! आगगाडी चाललीय—पों पों पों' (ठराविकांपेक्षा काहीतरी वेगळं लिहिण्यावर त्यांचा कटाक्ष असतो) हे आपलं बालगीत म्हणून दाखवलं. या बालगीतामुळं कोंडी फुटल्यासारखी झाली, आणि बाकीच्या स्त्रीलेखिका गप्पाटप्पा करु लागल्या.

अर्थात अपेक्षेप्रमाणं प्रथम लेखिका घसरल्या त्या 'नवरा' नामक प्राण्यावर. नवरा वेळीअवेळी तीन-चार मित्रांना कसा घरी जेवायला घेऊन येतो नि स्वैंपाक पुन्हा करणं कसं भाग पडतं, हे एका लेखिकेनं सांगितलं. घरात बिस्किटं आहेत की नाहीत याची नीट चौकशी न करता मित्रांपुढं नवरा बाहेरूनच "अगं ए! नुसता चहा काय आणलाय? बिस्किटं आण की!" अशी ऑर्डर कशी सोडतो हे मी सांगितलं.

मग एकीनं विचारलं, 'ती 'वनिता समाज हॉल' मध्ये पहिल्या मीटिंगच्या वेळी आलेली अपर्णा रेगे आठवते का?"

"ती होय? गोरीपान, नाजुक, दिसायला सुरेख होती?"

"गोरीपान कसली? पालीसारखी होती पांढरीफटक! आणि सुरेख कसली म्हणा! पोटावर आत्ताच वळ्या आलेल्या !"

"मग तिचं काय झालं?"

"ती म्हणे पहिल्या खेपेला बाळंत झाली ना, तर तिचा नवरा डॉक्टरकडे गेला. विचारु लागला, "आता मिसेसशी पुन्हा शरीरसंबंध कधी करायचा?"

"इश्श! काय बाई तरी उतावीळपणा ! मग डॉक्टर काय म्हणाले?"

ते म्हणाले, "तुमची मिसेस जनरल वॉर्डमध्ये आहे की स्पेशल वॉर्डमध्ये आहे त्यावर ते अवलंबून राहील!"

दोघीतिघींना विनोद समजला. मग त्या दोघीतिघींनी बाकीच्या लेखिकांना तो विनोद समजावून सांगितला. मग 'अय्या इश्य' चा असा खकाणा उसळला सभोवती, की बोलता सोय नाही!

वैतरणा कधी आलं ते कळलं नाही. कुणीतरी म्हणालं "एकूण नवरा या प्राण्याचा हाही एक उपयोग आहे तर! वेळ कसा गेला हे समजलंच नाही!"

"बायकांचा वेळ चांगला जावा म्हणूनच नवरा हा प्राणी जन्माला आलाय!" 'वडारणीची चोळी' कर्त्या प्रमिलाराजे सोंडूरकर उद्गारल्या.

"नवऱ्यामुळं वेळ तर जातोच; पण बायकांना दिवसही जातात!" कु. तारा देवधर, बी. ए. बी. टी. कांदिवली ट्रेंड, यांनी विनोद केला.

या विनोदावर विवाहित स्त्रियांनी गंभीर चेहरे केले आणि कुमारिका खिदळू लागल्या. श्रीमती गंगाबाई तुळजापूरकरांना एक्झॅक्टली काय करावं ते सुचेना.

गेस्ट हाऊसवर सामान टाकल्यानंतर आता स्वयंपाक कुणी करायचा हा प्रश्न आला. सगळ्याच लेखिका लिहिण्यावाचण्यांत सदोदित मग्न असणाऱ्या. सामान्य स्त्रियांच्यापेक्षा आमच्या सवयी वेगळ्या, आमचा जीवनक्रम वेगळा. 'चूल आणि मूल' यांत रमून आयुष्य फुकट घालवणाऱ्यांपैकी आम्ही थोड्याच आहोत? सबब, स्वैंपाक करायला कुणीच पुढं येईना. तेवढ्यात कुणीतरी सौ. अचला कर्णिकना म्हणालं, "अहो अचलाबाई, तुम्ही 'अंड्याचे विविध पदार्थ' या विषयावर पुस्तक लिहिलंय ना?"

''इश्य! म्हंजे काय? आतापर्यंत त्या पुस्तकाच्या तीन आवृत्त्या निघाल्या की!'' सौ. कर्णिक फणकाऱ्यानं म्हणाल्या.

''निघू द्यात हो! त्याबद्दल आमचं काही म्हणणं नाही! तसं पहातां माझ्या 'क्वॅक क्वॅक क्वॅक' बालगीतसंग्रहाच्या पाच आवृत्त्या निघाल्या आहेत!'' कु. शरयू ब्रह्मनाळकर म्हणाली.

''प्रत्येक आवृत्ती पाचपाचशेंची असेल! माझ्या पुस्तकाची प्रत्येक आवृत्ती दोनदोन हजारांची होती. माहीत आहे का?'' सौ. कर्णिक.

''बायांनो, आपापल्या आवृत्त्या मोजत बसू नका. स्वैंपाकाला लागा. इकडची स्वारी नेहमी म्हणायची, ''बोलण्यात बायका तोंडाची जेवढी वाफ दवडतात, तेवढ्या वाफेवर रेल्वेची इंजिनं हजारो मैलांचा प्रवास करतील!'' इकडच्या स्वारीची कल्पनाशक्ती जबरदस्त हां!'' 'माझं पुराण'कर्त्या श्रीमती गंगाबाई तुळजापूरकर कौतुकानं म्हणाल्या.

''झालं यांचं पुराण सुरू!'' कु. शैला डोंगरे म्हणाली, ''कर्णिकबाई, अंड्याच्या विविध पदार्थांचं काय?''

''त्याचं काय आहे, माझ्याकडे इथं तागडी नाही. कृति करतांना ज्या वस्तू घ्यायच्या त्या तोळे-मासे-गुंजा या वजनांत आहेत. तागडी नसेल तर पदार्थ बिघडतील. शिवाय फुटपट्टीही हवी. 'आलं पाऊण इंच' म्हणजे अंदाजानं कसं घेणार?''

सौ. अचला कर्णिक यांचा मुद्दा बिनतोड होता. दरम्यान कुणीतरी आनंदाची वार्ता आणली. गेस्ट हाऊसचा खानसामा कुठूनतरी उगवला असल्याचं समजलं. स्वैंपाकाची जबाबदारी त्याच्यावर सुपूर्द करून आम्ही कोंडाळं करून गप्पा मारीत बसलो. कुणीतरी चिवड्याचा डबा पुढं केला. बकाणे भरताभरता आम्ही मराठी साहित्याच्या भवितव्यावर चर्चा करू लागलो. चर्चेचा तपशील सांगण्यात अर्थ नाही. तात्पर्य एवढंच की, लेखकांनी मराठी साहित्य पार रसातळाला नेलं आहे. आता आमच्यासारख्या लेखिकांनी पुढं सरसावून साहित्य वाचवलं पाहिजे. या विधानाला एकट्या सौ. अनसूया तुमपल्लवार विरोध करीत होत्या. का ते कळेना. शेवटी त्यांनीच सांगितलं, आपले मिस्टर श्री. सत्यपाल तुमपल्लीवार महान लेखक आहेत आणि

त्यांनी मराठी साहित्य मुळीच रसातळाला नेलेलं नाही. "यांचे मिस्टर लेखक आहेत काय? तरीच बरं का इंदु साक्रीकर कथास्पर्धेत त्या तीन वर्षं भाग घेताहेत!" कुणीतरी पुटपुटलं.

"आणि त्यांना एकदांही बक्षिस का मिळालेलं नाही, याचा उलगडा झाला!" "हे मेल्ले पुरुष" लिहिणाऱ्या कु. ताई देवधर—कांदिवली ट्रेंड—हळूच म्हणाल्या.

जेवण तयार होतं. हातपाय धुण्याचंही कुणाला भान राहिले नाही. साऱ्याजणी जेवणावर तुटून पडल्या. ते पाहून खानासामासुद्धा हादरला. लेखिकांची भूक मोठी असते हे त्या बिचाऱ्याला काय ठाऊक! त्यानं सामान्य स्त्रियांना जेवू घातलं असेल आजपर्यंत! साऱ्याजणी एकमेकींना आग्रह करीत होत्या.

"जेवणावरून आठवण झाली. ती सुधा बेलवलकर भलतीच खादाड बाई! आज आपल्याबरोबर असती तर आपल्या वाट्याला काही आलं नसतं!" कुणीतरी म्हणालं.

"बाय द वे, ती विनोदी लेखिका आज आली नाही कशी ट्रिपला?" तारा देवधरनी विचारलं.

"अय्या! ती कशाला येईल आपल्याबरोबर? दोन दिवसांची सुट्टी फुकट का दवडील?" कु. शैला डोंगरे छद्मीपणानं म्हणाली.

"म्हणजे काय?" दोघींतिघींनी विचारलं.

"ती गेलीय त्या सुप्रसिद्ध नाटककाराबरोबर लोणावळ्याला! वीकएंड साजरा करायला!"

"माय गॉड! आणि तिचा नवरा?"

"नवरा सेल्समन. तो गेलाय दिल्ली टूरला!" कु. शैला डोंगरे कुठून बातम्या काढते तीच जाणे!

"काय हो, तो नाटककार मागच्या वर्षी सरकारी बक्षिसं देण्यात समितीवर होता ना?"

"अर्थातच! सुधा बेलवलकरच्या 'भंडावलं ग बाई या पुरुषांनी!" या विनोदी कथासंग्रहाला उगाचच का बक्षिस मिळतंय? तसं ते पुस्तक रद्दड

आहे. पण वशिल्याचं तट्टू!''

'' 'भंडावलं ग बाई या पुरुषांनी!' हे पुस्तक नाटककाराला उद्देशून लिहिलेलं दिसतंय!''

''हो. पण चिडून नव्हे; लाडिकपणं! लोणावळ्याला, महाबळेश्वरला तो तिला किती भंडावून सोडीत असेल देव जाणे!'' कु. शैला डोंगरे डोळे मिचकावीत म्हणाली आणि सर्वजणी खिदळल्या.

सुधा बेलवलकरवरुन विषय रेवती कामतवर आला. सरकारी 'सेन्सॉर बोर्ड' वर रेवती कामतची नुकतीच नेमणूक झाली होती. रेवती कामतच्या या नेमणुकीमागचं रहस्य कु. तारा देवधर (कांदिवली ट्रेंड) यांनी उलगडून सांगितलं. त्यामुळं प्रत्येकीनं चार घास आणखी खाल्ले, हे (खानसाम्याची क्षमा मागून) नमूद केलं पाहिजे.

जेवल्यानंतर सगळ्याजणी आडव्या झाल्या. जेवण हातीपायी गेलं होतं. त्यामुळं बहुतेक लेखिका पाच मिनिटांत निद्राधीन झाल्या. काही लेखिका तर झोपल्याच नाहीत—नुसत्या घोरत होत्या! (हा सुधा बेलवलकरचा विनोद! म्हणजे बहुतेक त्या तिच्या लाडक्या नाटककाराचा!)

पाच वाजेपर्यंत वामकुक्षी संपली. मग हळूहळू जागं होणं, उठणं, प्रथम चहा घेणं! झोपून उठल्यामुळं एकेकीचा चेहरा म्हणजे अगदी अवतारच! चहा झाल्यानंतर सगळ्यांनी आपापल्या बॅगा उघडल्या, आणि प्रसाधनाचं साहित्य बाहेर काढलं. कु. तारा देवधरचे केस बोटभर लांबीचे असल्याचं या वेळी उघडकीस आलं. सौ. कर्णिकांच्या भुवया 'ओरिजिनली' धनुष्याकृति नाहीत हे जसं सर्वांच्या लक्षात आलं, त्याप्रमाणं रुज भरपूर चोपडल्यामुळं कु. शरयू ब्रह्मनाळकर हिचे काळे गाल गुलाबी दिसतात, हेही कुणाच्या नजरेतून सुटलं नाही. एरवी हे कळलं नसतं. ट्रिपवर आल्यामुळं सर्व लेखिकांना एकमेकांची वैगुण्यं एकमेकींना कळली. हा ट्रिपचा केवढा मोठा फायदा!

''अय्या! ही साडी कसली बाई? 'तार वायल' की काय?''

''हल्ली 'बॉंबे डाईंग'च्या साड्या स्वस्तात पण चांगल्या मिळतात. आमचे हे 'बॉंबे डाईंग'चे शेअरहोल्डर आहेत ना! त्यांना कन्सेशन मिळतं. कुणाला हवी असली तर सांगा. स्वस्तात मिळेल.''

“डॉक्टर पाटील, तुमची उंची कमी आहे ना? तुम्ही आडव्या पट्ट्याच्या साड्या नका नेसत जाऊं. उभे पट्टे असलेल्या नेसा. म्हणजे उंची किंचित अधिक भासेल.”

“अहो तुमपल्लीवार, जांभळ्या शेडची लिपस्टिक तुमच्या चेहऱ्याला मुळीच शोभत नाही! फिकट गुलाबी शेड चांगली दिसेल! माझ्याकडे आहे ही शेड. हवी असेल तर घ्या.”

“साडीच्या मानानं ब्लाऊज गॉडी कलरचा वाटतो!”

“ लक्टो क्लामाइन’ आहे का कुणाकडे!”

“मी बाई ‘लॅक्मे’ शिवाय दुसरी पावडर नाही वापरीत!”

“जरा आय पेन्सिल द्या हो इकडे!”

“काय ग ब्रह्मनाळकर, हजबंडस ब्लाऊजची मागची बटणं कुणाकडून लावून घेतेस?”

“हजबंड नसला म्हणून काय झालं? तिचाही कुणी असेल की नाटककार!”

“चल ! चावट कुठली!”

या गदारोळांत सात वाजून गेले. अंधार पडला. त्यामुळं फिरण्याचा बेत रद्द करावा लागला. लगेच जेवून घ्यावं आणि चांदण्यात गप्पा मारीत बसावं असं कुणीतरी सुचवलं. सर्वांना ही सूचना पसंत पडली.

चर्चा अनौपचारिक असावी असं जेवतांना कु. शैला डोंगरे बोलली. औपचारिक नि अनौपचारिक चर्चेतील फरक श्रीमती गंगाबाई तुळजापूरकरांना ठाऊक नव्हता. इतर लेखिकांनाही तो फरक नीटसा सांगता येईना. शेवटी चर्चा करावी, औपचारिक की अनौपचारिक याची काळजी फारशी करु नये, असा (औपचारिक की अनौपचारिक?) ठराव कुणीतरी आणला आणि जेवण यथास्थित हादडून मंडळी चर्चेला बसली.

चर्चेला साहजिकच सुरुवात झाली आजकालच्या फॅशनपासून. स्लीव्हलेस चोळी जुनी झाली. आता अनेक प्रकारचे ‘लेस’ पोषाख बोकाळत आहेत असं सर्वांचं मत पडलं. ‘माझं पुराण’ कर्त्या श्रीमती गंगाबाई तुळजापूरकर ‘हॉट पँटस’ म्हणजे काय याची चौकशी करू लागल्या, तेव्हा कु. शैला

डोंगरेनं उठून उभं राहून खुणेनं प्रात्याक्षिक करून दाखवलं. गंगाबाई मूळच्या वाईच्या. त्यांनी हा प्रकार पाहून गपकन् डोळे मिटून घेतले. ‘‘मेल्यांनो! अगदीच ताळतंत्र सोडलात की!’’ असं त्या म्हणाल्या. ‘सी थ्रू’ ब्लाऊज नि ‘ब्रा लेस’ ब्लाउज यांत फरक नसल्याचं कुणीतरी म्हणालं. मग त्या विषयावर अर्धा तास परिसंवाद झाला. पूर्वीची मिसेस केनेडी नि आतांची मिसेस ओनॅसिस हिनं ‘ब्रा लेस’ टी शर्ट घालून परवा शॉपिंग केल्याची बहुमोल माहिती कुणीतरी पुरवली.

चर्चा हळूहळू अश्लील साहित्यावर घसरली. प्रमिलाराजे सोंडूरकर यांचा या विषयावर मोठा अधिकार. कारण त्यांची ‘वडारणीची चोळी’ ही कादंबरी अश्लील म्हणून सर्वत्र गाजली होती.

‘‘पुरुष लेखक वाटेल ते अश्लील लिहितात म्हणून त्यांची पुस्तकं खपतात!’’ असं कुणीतरी म्हणालं. तेव्हा ‘‘लेखिकांनी सवाई अश्लील लिहून लेखकांना शह दिला पाहिजे. कारण अश्लील लिहिण्याचा मक्ता पुरुषांनाच दिलेला नाही!’’ असं प्रमिलाराजे सोंडूरकर उद्‌गारल्या.

‘‘तुम्हीच करा सुरू!’’ कुणीतरी पुटपुटलं.

प्रमिलाराजे सोंडूरकरनी आव्हान स्वीकारलं. ‘‘मग भिते की काय? पुरुषांनी अश्लील लिहिलं की ‘बोल्ड’ किंवा ‘फ्रँक’ शब्द वापरायचा. आमचं मात्र ‘ऑबसिन’ काय? मी ‘वडारणीची चोळी’ मध्ये संभोगाचं तपशीलवार वर्णन केलंय, त्यावर या पुरुष समीक्षकांनी केवढा गहजब केला! पुढली ‘दोघीजणी’ ही माझी कादंबरी कॉलेज हॉस्टेलमधे एकाच रूममध्ये रहाणाऱ्या दोन मैत्रिणींवर आहे. तीत मी समलिंगी संभोगाचं मोकळेपणानं वर्णन केलंय. ते वाचलं की पुरुषांना झीट येईल!’’ शेवटचं वाक्य त्या अभिमानानं बोलल्या.

‘‘हे समलिंगी संभोगाचं काय प्रकरण काढलंत?’’ मूळच्या वाईच्या, ‘माझं पुराण’ कर्त्या श्रीमती गंगाबाई तुळजापूरकर यांनी शंका काढली.

‘‘मी सांगते तुम्हाला.’’ कु. तारा देवधर, बी. ए. बी. टी. (कांदिवली ट्रेंड) गंगाबाईंना हळू आवाजात समजावून देऊ लागल्या. ते ऐकून पुरुषांना झीट येण्यापूर्वी गंगाबाईंनाच झीट आली! ‘‘रांडेच्यानो! काय अचकटविचकट

बोलता!'' त्या ओरडल्या.

''गंगाबाई, 'रांडेच्यानो' हेच किती अचकटविचकट आहे!'' प्रमिलाराजे सोंडूरकरनी बजावलं.

''अश्लील साहित्य वाचून मुलं बिघडतात वगैरे तक्रार अगदी खरी आहे!'' डॉ. चंद्रा पाटील म्हणल्या, ''तुम्हा आजकालच्या मुलींच्या उशीखाली पहा कसली मासिक असतात ती!''

''कुणाच्या उशीखाली म्हणालात?'' कु. तारा देवधर, बी. ए. बी. टी. दचकून विचारू लागल्या.

''मुलींच्या हो!''

''मुलांच्याही बरं का!''

''मग ठीक आहे!'' कु. तारा देवधर संतोषानं म्हणाल्या. संतोष कशाबद्दल ते आम्हांला कुणालाच कळलं नाही.

''अहो, नुसत्या आपल्यासारख्यांच्या लेखनानं काय होतंय? हल्लीच्या मुलंमुली वाट्टेल ते इंग्रजी-हिंदी सिनेमे पहातात! आजकाल अनेक हिंदी सिनेमात 'बेडसीन्स' असतात. मुलं चेकाळणारच! परवा तो कुठला हिंदी पिक्चर पाहिला— इतके इंटिमेट बेडसीन्स!'' डॉ. चंद्रा पाटील म्हणाल्या.

''कुठला सिनेमा हो?'' कु. तारा देवधरनी विचारलं.

''नाव आठवत नाही बाई!''

''आठवून बघा हो! आठवेल.'' कु. शरयू ब्रह्मनाळकर (क्वॅक क्वॅक क्वॅक क्वॅक) आग्रह करू लागली.

''आठवलं की सांगेन. तर या साऱ्याचा परिणाम म्हणजे माझ्याकडे कितीतरी फसलेल्या मुली येतात. लग्नापूर्वी पहिली खेप! 'काय म्हणता? पहिली खेप आहे?' हे माझं गाजलेलं पुस्तक मी 'लग्नापूर्वी ज्यांची पहिली खेप येते अशा दुर्दैवी मुलींना 'अर्पण केलं आहे!''

''रांडेच्यानो! त्यांना कशाला अर्पण? मी 'माझं पुराण' आमच्या इकडच्या स्वारींना अर्पण केलंय!'' श्रीमती गंगाबाई तुळजापूरकर. या मूळच्या वाईच्या.

''मी माझा बालगीत संग्रह कुणाला अर्पण केला आहे. ठाऊक

आहे?'' कु. शरयू ब्रह्मनाळकर विचारु लागली.

''नाही बाई.''

''मी लिहिलंय, 'आणखी कुणाला?—तुलाच!'' सूचक आहे! सातआठजणांची खात्री आहे, मी तो संग्रह त्यांनाच अर्पण केलाय म्हणून!''

''मग खरा कुणाला केला आहेस?''

''त्या सातआठजणांपैकी कुणालाच नव्हे! नवव्याच माणसाला!'' कु. शरयू ब्रह्मनाळकर लाजत म्हणाली.

''वासूनाक्या'ला लाजवणारा हा 'बोल्ड'पणा पाहून प्रमिलाराजे सोंडूरकर सुद्धा सर्द झाल्या, हे नमूद केलं पाहिजे.

तेवढ्यांत कुणीतरी हजर नसलेल्या लेखिकांची प्रकरणं सांगू लागली. तोच 'अगंबाई!' करीत प्रमिलाराजे सोंडूरकर जागच्या जागी ताड्दिशी उसळल्या.

''काय झालं?''

''पाल पडली अंगावर!'' त्यांचा चेहरा पांढराफटक पडला होता.

''मग?''

''आधी अंग धुतलं पाहिजे!'' आणि गडबडीनं 'वडारणीची चोळी' ही अत्याधुनिक कादंबरी आणि 'दोघीजणी' ही आगामी खळबळजनक कादंबरी लिहिणाऱ्या प्रमिलाराजे सोंडूरकर बाथरूमकडे धावल्या.

''ही प्रमिलाराजे सोंडूरकर मूळची कुठली?'' कुणीतरी हलक्या आवाजात चौकशी केली.

''लग्न झालंय. नवरा जिवंत आहे. पण तो अमेरिकेला असतो. तिथं तो एका अमेरिकन बाईला घेऊन बसलाय!''

''मग ही रांडीच्ची इथं काय करते?'' 'माझं पुराणं' कर्त्या श्रीमती गंगाबाई तुळजापूरकर. ''रिकामीच आहे का इथं?''

''ती रिकामी का म्हणून असेल? 'वासूनाका' भाषेत बोलायचं म्हणजे छप्पन्न टिकल्यांची आवा आहे! अनेक बॉयफ्रेंडस आहेत तिचे! मिनिस्टरपासून एका नवकवींपर्यंत!''

प्रमिलाराजे सोंडूरकर बाथ घेऊन येईपर्यंत ही चर्चा रंगली. मग हळूहळू काहीजणी पेंगू लागल्या. एकंदरीत साहित्याविषयक चर्चा फारच

उद्‌बोधक झाली. अशा अनौपचारिक (की औपचारिक?) चर्चेमुळं विचारांची चांगली देवघेव होते आणि ज्ञानात भर पडते. आम्ही जेव्हा झोपायला उठलो तेव्हा प्रत्येकीच्या ज्ञानात भरपूर भर पडली होती, हे मान्य केलंच पाहिजे.

इतक्या बायका एकत्र जमल्या. श्रीमती गंगाबाई तुळजापूरकर या साठीतल्या लेखिकेपासून तो कु. शरयू ब्रह्मनाळकर या पंचाविशीतल्या (असं ती सांगते!) लेखिकेपर्यंत वेगवेगळ्या एज ग्रुपच्या बायका चोवीस तासांहून अधिक काळ एकत्र नांदल्या. पण भांडण नाही की तंटा नाही. एकमेकींना नाव ठेवणं नाही की पाण्यात पहाणं नाही. सगळं कसं गोडीगुलाबीनं चाललं होतं. दुसऱ्या दिवशी सकाळी अंघोळी, वेणीफणी बायकांनी गप्पा मारीत मजेत आटोपली. जेवणंही हास्यविनोदात झाली. "आम्ही एवढ्या बायका किती मजेत राहू शकतो हे दाखवण्यासाठी मुद्दाम काही लेखकांना आणायला हवं होतं—निदान पुढल्या ट्रिपला आणू–" असं कु. तारा देवधर (कांदिवली ट्रेंड) म्हणाल्या ते खोटं नाही! आता 'ती हे वेगळ्या दृष्टीनं म्हणाली', असा तिरकस आशय एका लेखिकेनं व्यक्त केला, तरी त्यांत विनोदाचा भाग अधिक होता हे (एकटी कु. तारा देवधर सोडल्यास) सर्वांनाच मान्य होतं.

सर्वजणी दुपारी परत मुंबईला निघाल्या, तेव्हा सर्वांची अंतःकरणं भरून आली होती. सर्वांची किलबिल थांबली होती. "पुन्हा परत यायचं हं! हवं तर तारा देवधरच्या इच्छेप्रमाणं काही लेखक मित्रांना घेऊन." असं पुन्हा कुणीतरी तिरकसपणं म्हटलंच. पण ते तारा देवधरनं ऐकलं नाही. प्रमिलाराजे सोंडूरकर यांच्या 'दोघीजणी' कांदबरीचं हस्तलिखित वाचण्यात कु. तारा देवधर रंगून गेली होती.

"अय्या! आपण वैतरणा तलाव पाहिलाच नाही की!" सौ. अनसुया तुमपल्लीवार (इंदु साक्रीकार कथास्पर्धा-फेम) ओरडल्या.

एवढं एक सोडल्यास आमची वैतरणा ट्रिप झकास झाली हे नक्की!

◈◈◈

- ५ -

एका मृदंगाची कथा

सकाळी उठल्या उठल्या फोन वाजला. चडफडत बिछाना सोडला. रविवारी भल्या पहाटे साडेसात वाजता फोन करणाऱ्या महाभागास मनातल्या मनात शिव्या हासडून मी फोन कानाला लावला.

"कोण रेंगशे का?"

"हो- दुर्दैवानं रेंगशेच! कोण बोलतंय, सकाळी काय काम काढलंय? अरे, आराम करायला द्याल की नाही?"

"रेंगशे, साहेब बोलताहेत"

"कोण साहेब?" मी त्राग्यानं विचारलं. हल्ली साहेब पैशाला पासरी झाले आहेत!

"उपमंत्री मानकामे–"

"द्या फोन" मी आवाजात नरमाई आणून म्हटलं. "गुड मॉर्निंग मानकामेसाहेब."

"नेव्हर माईंड! रेंगशे, तुम्ही पब्लिशिट्टीचं काम करता की हजामती?"

पब्लिसिटी डिपार्टमेंटमध्ये काम करण्यापेक्षा हजामती करणं परवडलं असतं!

“दोन्ही-” मी हळूच म्हटलं.

“काय झालं साहेब? काही चुकलं का माझं?”

“चुकलं? सगळा गोंधळ केलात–”

“कसला?”

“काल संध्याकाळी कुठं होता तुम्ही?”

“सी. एम. ची प्रेस कॉन्फरन्स होती, तिकडे होतो.”

मुखमंत्र्यांचं नाव काढल्यावर उपमंत्र्यांनी आवाज खाली आणला! तुम्ही तिकडे गेलात पण माझी सभा कव्हर करायची व्यवस्था नाही करायची?”

“कुठं होती तुमची सभा? माफ करा, पण मला आठवत नाही या क्षणी-”

“काय रेंगशे? चार दिवसांपूर्वी आमंत्रण पाठवायची व्यवस्था केली होती.”

“खरंच मी माफी मागतो.”

“काल ढालगाव तालुका विणकर मेळाव्यापुढं माझं भाषण मस्त रंगलं.”

“सभा प्रचंड होती का?”

“होते तीस-चाळीस– आपलं तीन-चारशे लोक! या महागाईच्या दिवसात सभा प्रचंड म्हणायची की!”

“हो तेही खरं! मला वाटतं- आमच्या डिपार्टमेंटचा कुणीतरी गेला असावा सभेला. नाही तर साहेब, पी. ए. ना सांगून रिपोर्ट पाठवा. काही विशेष मुद्दा?”

“हेच आपलं– आपल्याला नवसमाज निर्माण करायचा आहे! सर्वांनी एकदिलानं वागून देश पुढे न्यायचा आहे, आणि खूप महत्त्वाचे मुद्दे-पी. ए. ना सांगतो पाठवायला. उद्या वर्तमानपत्रांत आलं पाहिजे पहिल्या पानावर-”

“मी पाठवतो साहेब- वर्तमानपत्रांनी छापलं नाही पहिल्या पानावर तर ?”

“रेंगशे, पब्लिसिटी डिपार्टमेंटमध्ये इतकी वर्षं फुकट घालवलीत.”

फोन खाली ठेवून मी मनसोक्त आळस दिला. हा मानकामे कधी तरी मान कापणार आहे आपली! दारुबंदी आणि कुटुंबनियोजन खात्याचे उपमंत्री! दारु रस्त्यारस्त्यावरुन-गल्लीगल्लीतून पाण्यासारखी वाहतेय-आणि हा म्हणे दारुबंदी उपमंत्री! वशिल्याचं तट्टू! शंकराच्या पिंडीवरचा विंचू! मारावं तरी पंचाईत न मारला तर डोईजड होतो! उद्या आणखी एखाद्या भाच्याची न पुतण्याची सोय लावण्यासाठी मटकाबंदी आणि लॉटरी बंदी खाती सुरू करतील!

तोंड धुवून वर्तमानपत्रं चाळू लागलो.

बापरे ! ठार मेलो ! रॉकेलच्या रांगांचे मोठमोठे फोटोच पहिल्या पानावर! सी. एम. ची प्रेस कॉन्फरन्स चार पानांवर कोपऱ्यात ! बातमीदारांना मऊ पडलेले वेफर्स आणि बिस्किटं आणि थंड पडलेला चहा दिला की असंच होणार! बड्या हॉटेलात कॉकटेल पार्टी आणि कोंबडीचं डिनर दिलं की मग बातमी पहिल्या पानावर! पण सरकारी सँक्शन मिळणार कसं? दारूबंदी उपमंत्री मानकामेना सांगितलं पाहिजे. प्रायव्हेट मिळकतीतून स्कॉचची पार्टी करा; मग पहा कसा फ्लॅश मिळतो ते!

पुन्हा फोन वाजला.

''रेंगशे का?''

''हो-''

''मी साळुंके. पुरवठा मंत्र्यांकडून बोलतोय! बाय द वे, कुणाशी बोलत होता इतका वेळ? मी तीन चारदा फोन फिरवला मघाशी-''

''मानकामे साहेब—''

''आय सी! जोरात आहे स्वारी?''

''जोरात?''

''व्या-गावभर बातमी आणि पब्लिसिटी डिपार्टमेंटचा पत्ता नाही! हल्ली काय झोपेच्या गोळ्या घेताय की काय?''

दातओठ खाल्ले! झणझणीत उत्तर चांगलं जिभेवर आलं होतं, पण मन आवरलं. साहेबाइतकंच साहेबाच्या कुत्र्याला जपलं पाहिजे!

''मानकामेना प्रमोशन मिळणार आहे.'' राज्यमंत्री.

“कुठल्या खात्याचे?”

“कुठल्या तरी! खातं कोणतं याला महत्त्व नाही! ही ईज इक्वली बॅड फॉर एनी मिनिस्ट्री! ऑफ द रेकॉर्ड बरं का- रेंगशे!”

“बरं- पण फोन का केला होता!”

“अहो, इन्कार कुठाय तुमचा?”

“इन्कार?”

“घ्या! आमच्या साहेबांनी पुढच्या महिन्याला दर माणसी दोन किलो गहू मिळणार अशी घोषणा केली होती, असं वर्तमानपत्रात छापून आलंय- त्या वृत्ताचा इन्कार—त्यांनी तसं म्हटलंच नव्हतं. वगैरे!”

“खरं सांगू का साळुंके, त्यांनी तसं म्हटलं होतं! मी होतो त्या सभेला हजर.”

“अरे- घेराव पडणार आहे अशी कुणकुण होती म्हणून त्यांनी केली घोषणा!”

“पब्लिसिटी डिपार्टमेंटला काही काम नको? आजच्या आज खुलाशा जाऊ द्या! तुमचा खुलासा महिन्या दीड महिन्याने वर्तमानपत्राकडे जातो! ती पद्धत बदला जरा!”

“ओ. के.—” मी पुन्हा एकदा दातओठ चावले. फोन खाली ठेवला.

प्रमोशन मिळाल्यापासून मनस्ताप वाढला आहे. ब्लडप्रेशरचा विकार तेव्हापासून जडलाय. पूर्वी बरं होतं—छोटी का होईना, वेगळी खोली होती. दर पंधरवड्याला पिवळ्या कागदावर फतवे काढायचे. अमूक कंपोस्ट खड्डे खणले आणि वळू आणून अमूक गायांना कृत्रिम गर्भधारणा केली ! कुटुंबनियोजनाच्या दीड हजार शस्त्रक्रिया पार पाडल्या आणि सरकारी सोसायट्यांनी अमुक रुपयांचे कर्ज दिले! असल्या रुक्ष माहितीनं मासिकं भरून काढायची. मंत्र्यांची भाषणं, दौरे, कुटुंबनियोजन शिबिराचं उद्‌घाटन- आपल्याला नवसमाज निर्माण करायचा आहे-महात्मा गांधीजींनी दाखवून दिलेल्या मार्गावरून पुढं जायचं आहे-! आता कुणी कंपोस्ट खड्डे खणत नाही आणि दिलेली कर्ज फेडायची राहिली म्हणून सरकारी सोसायट्या नवी कर्जही देत नाहीत! महात्मा गांधींनी कोणता मार्ग दाखवला हे तर शपथेवर

कुणाला सांगता यायचं नाही! घासलेटसाठी क्यू-साबणासाठी क्यू! मार्गावरून जायला वेळ कुणाला आहे? सर्व लोक क्यूमध्ये गुंतून पडलेत! पायाचे दगड बसवावचे आणि उद्घाटनाचे कार्यक्रमही कमी झाले आहेत! प्रमोशन मिळालं नसतं तर काम कमी झाल्यामुळं सुखानं राहिलो असतो. प्रमोशन मिळालं आणि कटकटी वाढल्या. रविवारीसुद्धा सुटका नाही! बेल वाजली. कुणीतरी अनोळखी माणूस आत शिरला.

"हॅ हॅ- मी टोणगांवकर-मंदोदरी वार्षिकाचा संपादक."

"मंदोदरी? नाव ऐकलं नाही कधी-!"

"या वर्षी दिवाळीचा पहिला अंक काढणार आहोत. दिवाळीच्या आनंदात भर घालण्यासाठी - दिवाळीचा आनंद द्विगुणित करण्यासाठी—"

"हल्ली होतो का लोकांना दिवाळीचा आनंद? भर वगैरे नंतर टाका पण ओरिजिनली आनंद होतो का?"

"तर हो ! नाही झाला तर मंदोदरी आहेच की!"

"नाव कुठलं काढलंत?"

"स्त्रियांसाठी मासिक आहे-मंदोदरी. हे एका पतिव्रतेचं नाव. रावण ठाऊक आहे ना!"

"लहानपणी ऐकलं होतं त्याचं नाव!"

"त्याची मिसेस! पंचपतिव्रतांपैकी एक ! स्त्रियांच्या मासिकासाठी योग्य नाव! आमच्या मिसेसनी सुचवलं!"

"व्हेरी गुड. पण मी स्त्रियांच्या मासिकांत काय लिहिणार? मला तिखट कचोरी करता येत नाही की काश्मिरी टाके दोन उलटे दोन सुलटे हेही येत नाही!"

"छे हो रेंगशेसाहेब! आपल्याला तो त्रास नाही देणार!"

"काय कथाकविता चांगल्या गोळा केल्यात की नाहीत संपादकसाहेब?"

"ते पाहू नंतर-! तूर्त जाहिराती गोळा करतोय-सरकारी जाहिराती दोन तीन तरी आम्ही द्याव्यात म्हणून मी मुद्दाम आलोय-"

"सध्या आमचा जाहिरातीवरचा खर्च-"

"ते काही नाही! तांबड्या त्रिकोणाची महाराष्ट्रानं केलेल्या अफाट

प्रगतीची जाहिरात पाहिजेच! मुलं कुठं गेलीत?''

"असतील आत! ती कशासाठी? त्यांचा काही संबंध नाही सरकारी जाहिरातीशी-''

"तुमचा संबंध आहे ना त्यांच्याशी? बोलवा बघू-''

मी नितिनला हाक मारली. टोणगावकरनी बॅगेतून भलमोठं पुडकं काढलं.

"परवा काश्मीरहून आलो-ड्रायफूटस आहेत- अक्रोड, सुकी द्राक्षं- काजूही आहेत गोव्याचे-''

"पण, याची काही गरज नव्हती!''

"रेंगशेसाहेब-तुम्ही जाहिराती द्या- न द्या- हा मी चाललो- पण मुलांना प्रेमानं खाऊ द्यायला तरी हरकत घेऊ नका!''

मी म्हटलं-"मी काही आश्वासन देत नाही- पण उद्या ऑफिसात या- त्या वेळी निश्चित सांगेन.''

"मेहेरबानी-'' मंदोदरीचे संपादक उठले.

टोणगावकर गेले आणि धामणकर आत आला.

"या धामणकर-झाला का तुमचा दौरा?''

"हो साहेब-''

"काय काय केलं?''

"एकतीस गावांत 'प्रपंच' दाखवला. महाराष्ट्राच्या कृषीप्रगतीवरचा माहितीपट बावन्न वेळा दाखवला-सतरा गावचे रेडिओ सेटस बदलले- चार गावचे कम्युनिटी टी. व्ही. सेटस दुरुस्त करवून घेतले-

"अडीच महिने लागले?''

"होय साहेब! एवढी गावं फिरायची तर-''

"तुम्ही शेडबाळला सासुरवाडीला चार दिवस राहिल्याची बातमी आहे-'' मी बॉंब टाकला.

"होय साहेब-'' धामणकर खाली मान घालून हळूच म्हणाला, "बायको बाळंतपणाला गेलीय-''

"कितवं बाळंतपण?''

"चौथं ! चौथ्यांदा मुलगीच झाली-''

“झालं! तुम्ही प्रपंच सिनेमा दाखवा लोकांना आणि मुलगा होईपर्यंत- जाऊ दे! जीपला पेट्रोल किती लागलं? शेडबाळला सासुरवाडीच्या मंडळींना जीपमधून फिरवलं की नाही?”

“तेवढ्या पेट्रोलचं बिल मी भरीन!”

“भरले हो! तुमच्यासारख्यांनी पेट्रोलची बिलं भरली असती तर महाराष्ट्रात सुबत्ता नांदली असती! माहितीपट पहायला लोक जमायचे का?”

“फार नाहीत!”

“रेडिओवर कोणते कार्यक्रम लावतात चावडीवर?”

“बिनाका गीतमाला आणि विविध भारती!”

“वा! आणि टी.व्ही.वर? आमची माती! आमची माणसं?”

“छे! छायागीत ऐकायला ही गर्दी! एका खेड्यात अक्षरश: मारामारी झाली- लोकांची डोकी फुटली! पुढं कुणी बसायचं यावरून भांडण!”

“निकाल लागला कम्युनिटी टी. व्ही. चा!”

“आणि रविवारचा हिंदी सिनेमा- तुफान गर्दी!”

“आपला नाईलाज आहे! बरं-बिलं तयार करा- उद्या ऑफिसमध्ये भेटा.”

“उद्या विश्रांती घेतो!”

“विश्रांती कसली घेता ? शेडबाळला नाही घेतली? चला-कामाला लागा!”

सौभाग्यवती कुठं बाहेर निघाल्या होत्या. जामानिमा करून त्या मान वळवित जवळ आल्या. पैशाच्या पाकिटावर मोठी धाड येणार हे ओळखलं.

“तुम्ही येणार ना माझ्याबरोबर?”

“कुठं?”

“इश्श्य! काल नव्हतं का ठरलं आपलं, बॉबीला स्काऊट ड्रेस, बेबीला जीन्स-मला चपला-”

“ए विजू, मला नाही वेळ- खूप कामं आटपायची आहेत! कुणाचा फोन केव्हा येईल याचा नेम नाही!”

“पैसे द्या मग-दोनशे रुपये-”

“दीडशेवर भागव! बसनं चाललीस?”

"बसनं कशाला? गाडी असताना-"

"माझे आई-ती गाडी आपली नाही-सरकारी आहे आणि सरकारी कामासाठी वापरायची आहे!"

"तुम्ही नका सांगू! मालवणकराची बायको पोराबाळांना घेऊन सरकारी गाडीनं टिटवाळ्याला जाऊन आली गणपतीला-"

"अगं तो विघ्नहर्ता आहे! धामणकरवर काही संकट आलं तर निवारील तो- पण हे तुझं शॉपिंग-"

"तुम्ही भित्रे आहांत मुलखाचे! परवाच्या मे महिन्यात कुलकर्णी महाबळेश्वरला नव्हते का गेले?"

"अगं, पण तिथं जंगल मंत्री जाणार होते दौऱ्यावर-"

"काही सांगू नका ! जंगल मंत्री जाणार होते दहा मे ला. कुलकर्णी गेले पाच तारखेला! आणि मंत्र्याबरोबर दौरा आहे ना! बायका-मुलं कशाला हवीत? तिकडे काय जंगलात शिकार करणार होत्या मिसेस कुलकर्णी?"

मी पामर यांवर काय बोलणार? असहाय्यपणे तिच्याकडे पहात राहिलो. अवाक् झालो.

"मी असं करते- गाडी ठेवते तुमच्या ऑफिससमोर. तिथंच जवळपास शॉपिंग करते. काय? हो, उगाच तुमचं ब्लड प्रेशर वाढायला नको! गोळी घेतली होती ना रात्री?"

"हो-"

"अंघोळ आटपून घ्या- मी आलेच." सौभाग्यवती निघून गेल्या.

आमच्या खात्यातर्फे निघणारं मासिक चाळू लागलो. मंत्र्यांचे फोटो, भाषणं, अल्पबचत योजनेत महाराष्ट्राचा वाटा- जिल्हापरिषद, पंचायत समित्या! अबब!

मासिक मिटून पेरी मॅसनची कादंबरी हातात घेतली. 'केस ऑफ द मॅरीड नन!" वा ! बघू तरी काय भानगड आहे?

फक्त चार पानं कशीबशी वाचली असतील- एक चारुगात्री भेटायला आली.

मोठी जांभई येत होती- पण तोंडावर पालथा हात दाबून मी ती

आवरली.

"बोला, काय सेवा करु शकतो?"

"मी प्रिया दर्शने-प्रसिद्ध लेखिका-"

"हो तर- आपलं नाव ऐकलंय-" उगाच ठोकून दिलं. स्वत: प्रसिद्ध लेखिका म्हणवून घेते-स्त्रीदाक्षिण्य म्हणून तरी तिला ओळखत असल्याचं भासवलं पाहिजे! करता काय?

"मी मिसेस तरुलताबाई यांच्यावर लेख लिहिणार आहे- एका दिवाळी अंकासाठी-"

"व्हेरी गुड! मग?"

"तुम्ही मला मदत केली पाहिजे! तरुलताबाईंच्या सहवासात एक दिवस-

"मग रहा ना त्यांच्या सहवासात एक दिवस-"

"माय गुडनेस! मुद्दाम रहायला का पाहिजे? त्यांची दिनचर्या कशी असते-" नवरा मंत्री- तेव्हा दिवसभर त्यांची कशी तारांबळ उडते- स्वैंपाक करताना-

तरुलताबाई स्वयंपाक करत नाहीत! त्यांची कधी तारांबळही उडत नाही! पण हे प्रिया दर्शनेला सांगायचं कसं?

"प्रियाबाई-"

"मला नुसतं प्रिया म्हणा-"

"बापरे ! तुमचं नाव मोठं चमत्कारिक आहे! त्यापेक्षा आडनाव बरं- तर मिस दर्शने-"

"मिसेस दर्शने-"

"सॉरी-"

"तुम्हाला तसं वाटणं साहाजिकच आहे! मी मंगळसूत्र वापरत नाही ना? इनफॅक्ट सध्या आमची डिव्होर्स केस चालू आहे कोर्टात, म्हणून "

एकदम डोक्यात प्रकाश पडला. धामणकरनं सांगितलं होतं–मागं कोल्हापूरच्या दौऱ्यावर तो मंत्र्याबरोबर गेला होता तेव्हा कोल्हापूरहून मंत्रीमहाशय रोज संध्याकाळी पन्हाळ्याला मुक्कामाला जायचे-! धामणकर वस्ताद! कुतूहल म्हणून त्यानं पन्हाळ्याला शोध घेतला तर-अच्छा! तीच ही बया

होय? म्हणजे ती तरुलताबाईंची एका दृष्टीनं सवतच की? तरुलताबाईंच्या कानावर काही आलं असेल तर या प्रिया दर्शनेचा त्या कपाळमोक्षच करतील! तरुलताबाईंच्या सहवासात एक दिवस काय? आणि त्यांच्या नवऱ्याच्या सहवासात घालवलेल्या रात्रीवर का नाही लिहीत? चांगलं गाजेल, चिक्कार पैसा मिळेल.

"तुम्ही तरुलबाईंची भेट घेतलीय का?"

"नाही अजून!"

"तुमची ओळख आहे?"

"नाही ना- मी त्यांना अजून पाहिलं नाही. म्हणजे तसं फोटोत पाह्यलंय, पण प्रत्यक्ष भेट नाही-"

"मग तुम्ही मंत्री बदला!" मी म्हटलं.

"मंत्री बदला? म्हणजे काय?" ती दचकलीच.

"तरुलताबाईंच्या सहवासात नको. दुसऱ्या कुणा मंत्र्याची बायको निवडा. तिच्या सहवासात चार दिवससुद्धा घालवलेत तरी हरकत नाही-"

"पण का म्हणून?"

"त्यांची प्रकृती सध्या बरी नाही-! उद्या-परवा मला ऑफिसात भेटा-तुम्हाला दुसरं नाव सुचवीन!"

"चालेल! नगाला नग मिळाल्याशी कारण!" ती पुटपुटली. मग माझा निरोप घेऊन निघून गेली. सौभाग्यवती परतायच्या आत गेली म्हणून मी सुटकेचा नि:श्वास सोडला. सौ. पुढं मी तिला 'प्रिया-प्रिया' करू लागलो, तर आणखी एक डिव्होर्स केस कोर्टात दाखल व्हायची!

दुपारी उपमंत्री मानकामेचं भाषण घेऊन शिपाई आला. भाषण वाचून पाहिलं. एकही नवीन मुद्दा नव्हता त्यांच्या भाषणात. कधीही नसतोच म्हणा! कधीकाळी एक दोन भाषणं तयार करून ठेवली आहेत- तर आळीपाळीनं म्हणत असतात! नवसमाज निर्माण-तेल्या-तांबोळ्याचं राज्य-बड्या पुढाऱ्यांची नावं संध्येतल्या नावाप्रमाणं पाठ म्हणायची-भावनात्मक ऐक्य-कधी ऐक्यात्मक भावना म्हणतात!- दलितांचा उद्धार- बापूजी-समतेचं राज्य-कप्पाळ! अलिशान बंगल्यात राहतात आणि मोटारी उडवतात-! कसली आलीय् समता! भरल्या

पोटावर ढेकर देत समता-दलितांचं राज्य-गरिबी हटाव-गोष्टी मुखशुद्धीसाठी उत्तम!

वैताग! आणि हा उपमंत्री म्हणे राज्यमंत्री होणार आहे! आणि कदाचित आमच्या खात्याचाच राज्यमंत्री झाला तर?

बापरे ! मग कंबक्तीच! आतापासून सावधगिरी बाळगली पाहिजे.

प्रियाबाईंना 'भागिरथीबाई मानकामेच्या सहवासात एक दिवस' लिहायला सांगू या. उद्यापरवा बाई येणार आहेत भेटायला-विषय सुचवावा म्हणजे मानकामेचं पेटीकोट गव्हर्न्मेंन्ट खूष आणि सुरुवातीलाच राज्यमंत्र्यांची मर्जी संपादन केल्याचं श्रेय!

मग 'लोकशाही समाजवादाचा आवाज' क्रांति दैनिकाच्या संपादकांना फोन लावला.

"काय आहे?" संपादकांचा त्रासिक आवाज.

"मी रेंगशे-उपमंत्री नामदेव मानकामे साहेबांचं भाषण पाठवून देतोय-उद्या पहिल्या पानावर जागा मिळेल काय? उद्या सोमवार म्हणजे फारशी गर्दी नाही!"

"पण का म्हणून? भाषण महत्त्वाचं आहे?"

"भाषण महत्त्वाचं नाही- पण ते पहिल्या पानावर येणं महत्त्वाचं आहे!"

"डॅमिट! स्पष्ट सांगा काय ते-"

मी पवित्रा बदलला. "संपादकसाहेब-प्रत्यक्ष भेटीत सांगतो. संध्याकाळी वेळ आहे?"

"कशासाठी?"

"शक्य असेल तर आमच्या घरी या चहासाठी-"

"चहासाठी?"

"चहा म्हणजे अगदी चहा नव्हे हो! आय होप यू विल अंडरस्टँड! गाडी पाठवतो—"

"ओ. के."

"लोकशाही समाजवादाचा आवाज" क्रांतीकर्ते संपादकसाहेब फोन खाली ठेवते झाले!

डोळे मिटून चिंतन करू लागलो, तेवढ्यात पुन्हा फोन.

"बोला-''

"कोण रेंगशे काय?''

"स्पिकींग-''

"मी कोरान्ने-आमच्या साहेबांना आताच महिलांनी घेराव घातला. त्यांच्या मोटारीच्या काचा फोडल्या. साहेबांवर चपला फेकल्या-''

"चपला लागल्या साहेबांना?''

"लागल्या असं म्हणतील विरोधी पक्षाचे लोक- तुम्ही स्टेटमेंट तयार ठेवा- चपला लागल्या नाहीत. त्यापूर्वीच साहेबांची गाडी निघून गेली—''

"पण खरोखरी चपला लागल्या की नाहीत?''

"रेंगशे हद्द झाली तुमच्यापुढं! न म्हटल्यावर 'नाही' हे कळलं नाही तुम्हाला? तुम्ही एवढे मुरब्बी.''

"खरं आहे—''

"ओ. के. मी जरा घाईत आहे मदत लागली तर मी आहेच—''

मी फोन खाली ठेवला. नुसताच खाली नव्हे, खाली काढून ठेवला. उद्या सकाळपर्यंत फोन 'औट ऑफ ऑर्डर!'

मग डोळे मिटून संपादकसाहेबांची वाट पाहू लागलो...

(एक महात्मा गांधी सोडल्यास या कथेतील सर्व पात्रे व प्रसंग काल्पनिक!)

- ६ -

घोडं कुठं पेंड खातं?

सातारा एस. टी. स्टँडवर बसची वाट पाहात बराच वेळ मी उभा होतो. सातार्‍याजवळच्या एखाद्या कुग्रामापासून कोल्हापूर-सावंतवाडीकडे जाणार्‍या बसेस येत होत्या. पंधरा मिनिटं थांबून धुरळा उडवीत निघत होत्या. पुण्यास जाणारी बस मात्र येत नव्हती. आपल्याला हवी ती बस न येणं हा नेहमीचा अनुभव. मुंबईप्रमाणं सातार्‍याला हाच अनुभव घेत होतो. तेवढ्यात सांगलीहून पुण्यास जाणारी धुळीनं माखलेली बस समोरून आली. बाकावर, कँटीनमध्ये, गुर्‍हाळ्यात पसरलेला माणसांचा थवा बसच्या मागं धावू लागला. बस आचके देत स्थिर झाली. लोकांची दारापाशी एकच गर्दी उसळली. हातातली छोटी बॅग घेऊन मीही गर्दीत घुसलो. 'हरहर महादेव' चा घोष करीत शत्रूवर तुटून पडणार्‍या मराठ्यांच्या आवेशात मुसंडी मारून रेटारेटी करीत पुढे जाऊ लागलो. थोडा स्वत:च्या बळावर तर थोडा दुसर्‍यांनी ढकलल्यामुळे कंडक्टरच्या अंगावरून पुढे गेलो. डोळे उघडले तेव्हा मी बसच्या अंतर्भागात प्रवेश केला होता! किल्ला सर झाल्याच्या आनंदात मी

विजयी मुद्रेनं चौफेर नजर फिरवली.

पुढच्या बाजूला खिडकीपाशी नखाते वकील बसले होते आणि खुणा करून मलाच बोलावीत होते. त्यांच्या जवळची जागा मोकळी होती आणि त्या जागेचा कबजा वकिलांच्या संमतीनं व साक्षीनं मी घेऊ शकत होतो!

''थँक्स'' म्हणून मी नखातेंच्या शेजारी स्थानापन्न झालो. ''काय वकिलसाहेब— गेला होता कुठं?'' मी चौकशी केली.

''गेलो होतो सांगलीला एका पक्षकाराकडे! नुसता पक्षकार नाही- मित्रही आहे माझा. तुम्ही कुठं इथं साताऱ्याला?''

''साताऱ्याला माझी बहीण असते! आमच्या कॉलेजातल्या एका डेमॉन्स्ट्रेटरच्या भाषेत सांगायचं म्हणजे माय सिस्टर ईज गिव्हन हिअर! माझी बहीण इथं दिली आहे!''

वकिलसाहेब मनापासून हसले, 'सुनर ही परचेजीस इंग्लिश ग्रामर, गुडर इट ईज ! हो की नाही?''

''काही विचारू नका ! एकदा एका पाहुण्यांना माझी ओळख त्यानं ''हिस्टरी ऑफ द प्रोफेसर, करून दिली! आता बोला!''

''टंग ऑफ द स्लिप हो! मनावर घ्यायची नाही.'' नखाते हसत म्हणाले. ''चला, जागा रिझर्व्ह झाली चहा प्यायला जाऊ—''

''मी घेतला दोनदा—''

''चहाला कधी नाही म्हणू नये! चहाला कधी वेळकाळ नसतो. केव्हाही कितीही घ्यावा-''

मी उठलो. मनात म्हटलं चला! पुण्यापर्यंतचा प्रवास आता मजेत होणार! नखाते वकिलांची सोबत असल्यावर वेळ कसा जाईल ही काळजी नको!

नखाते वकिलांची न् माझी ओळख नुकतीच झाली होती. माझ्या एका वकील मित्रानं त्यांची ओळख करून दिली. त्यानंतर जेमतेम आम्ही दोनतीनदा भेटलो असू. काही लोक असे असतात की थोड्या ओळखीनंतर जवळचे, अनेक वर्षांच्या परिचयाचे वाटू लागतात. नखाते त्या 'काही लोकांपैकी' होते. गंमत म्हणजे ज्यानं माझी त्यांच्याशी ओळख करून दिली तो माधव अष्टपुत्रे त्यानंतर भेटला नव्हता. मात्र पुण्याला एकदा हॉटेलमध्ये,

एकदा रस्त्यावर अशी नखातेंशी गाठभेट झाली होती.

चहा पिऊन आम्ही पुन्हा बसमध्ये शिरलो. मी खिडकीपाशी बसलो. नखाते पलीकडे बसले. त्यांच्या उजव्या बाजूस तिसरी सीट होती. तिथं कुणी एक म्हातारा शेतकरी बसला होता. त्याच्या डोक्यापेक्षा डोईवरचा फटका ऐसपैस होता. किलकिल्या डोळ्यांनी तो आजूबाजूला पहात होता.

गाडी सुरू झाली. वाऱ्याची सुखद झुळूक आत आली. ताजंतवानं, प्रसन्न वाटलं.

मग आपल्या गप्पा सुरू झाल्या. आजकाल महागाई किती वाढली आहे, मंत्रीलोक किती माजले आहेत, नोकऱ्या मिळवणं किती कठीण झालं आहे, देशाच्या भविष्यात काय काय लिहून ठेवलं आहे आदी विषयांवर आम्ही मनमुराद चर्चा करत होतो. असल्या विषयांचं एक बरं असतं. ते संपता संपत नाहीत. एका विषयातून दुसरा विषय निघत असतो. सगळ्यांची बहुतेक मते जुळत असतात. मतभेदांना फारशी जागा नसते. मंत्री पैसे खातात वगैरे गोष्टींसंबंधी मंत्री नसलेल्यांचं एकमत असतं. काळा पैसा न् काळा बाजार यामुळे देश रसातळाला चालला आहे यासंबंधी काळा पैसा बाळगणाऱ्यांना व घामाचे पैसे मिळविणाऱ्यांना बालंबाल खात्री असते. नखाते वकील आणि मी प्रोफेसर-तेव्हा वकिलीचा व्यवसाय व प्राध्यापकी हे विषय सोडून सर्व विषयांवर आम्ही तोंडसुख घेत होतो.

"म्या सांगू घोडं कुठं पेंड खातंया ते!" तो म्हातारा मध्येच म्हणाला.

"कुठं बरं आजोबा?"

"लोकांना दानत ऱ्हायली न्हाय! चांगली शिकल्याली लोकं पापं करत्यात. काईपून वंगाळ न्हाय वाटत त्यांना! रामाचं राज्य न्हाय ह्ये! दुसऱ्याच्या बायका पळवून न्हेणाऱ्या रावणाचं राज्य हाय ह्ये!"

"खरं आहे तुमचं म्हणणं बाबा-" नखाते वकील म्हणाले.

आपल्या बोलण्याला पँण्टबूट घालणाऱ्यानं दाद दिली म्हणून खूष होऊन म्हातारबुवांनी चंचीतली सुपारी आमच्या दोघांच्या हातावर ठेवली. तंबाखुचा वास मारणारी ती सुपारी आम्ही चघळू लागतो.

तेवढ्यात शिरवळ आलं. एस. टी. थांबली. आम्ही खाली उतरलो.

‘पाच मिनिटं गाडी थांबणार’ असं बजावून कंडक्टर खाली उतरला आणि चहा पीत, पानतंबाखू मळीत आरामात बसून राहिला. मी अंजिरं घेतली. नखाते वकिलांनी ‘एक्स्ट्रा स्ट्राँग पेपरमिंटस’ घेतली. एक दोन मासिकं खरेदी करून आम्ही कंडक्टरकडे एक डोळा ठेऊन गप्पा मारीत उभे राहिलो. कंडक्टर टोपी झाडीत उठला तशी घाईघाईनं बसमध्ये चढलो.

आमच्या बाकावरची तिसरी सीट खाली झाली होती. म्हातारबुवा शिरवळला उतरून गेले असावेत! मी खिडकीपाशी बसलो. नखाते माझ्याजवळ बसले आणि एक गोरीगोमटी दिसणारी कामकरी बाई छोट्या लेकराला घेऊन तिसऱ्या सीटवर स्थानापन्न झाली. गाडी सुटली.

हातातलं मासिक मी चाळू लागलो. नखाते वकील बाहेर पहात होते. “चालत्या एस. टी. त मला वाचता येत नाही.” असं सांगून ते इकडे तिकडे पहात वेळ काढत होते.

मध्येच बाईचं मूल रडू लागलं. कामकारी बाईनं त्या पोराला पदराखाली घेतलं, तरी ते रडायचं थांबेना. नखाते वकील चुळबुळ करत होते. मग त्यांनी खिशात हात घालून एक पेपरमिंटची वडी मुलाच्या हातावर ठेवली. गोळी चोखत मूल गप्प पडून राहिलं. हळूहळू डोळे मिटून गुमान पडून राहिलं.

मी पुन्हा वाचण्यात गढून गेलो. कॉलेजच्या प्राध्यापकांविषयी विद्यार्थ्यांनी लिहिलेले ते लेख होते. त्यामुळे साहजिकच मी त्यात रंगून गेलो.

तेवढ्यात कुणीतरी जोराने ओरडलं, “अहो मिस्टर, काय चाललंय तुमचं?”

मी फारसं लक्ष दिलं नाही. माझं वाचन चालूच होतं.

पुन्हा तो रांगडा, कठोर आवाज माझ्या कानावर आला- “अहो मिस्टर, काय प्रकार चाललाय? शरम वाटते का तुम्हाला?”

बसायला जागा नसल्यानं उभा राहिलेला एक इसम नखाते वकिलांना दम देत होता. नखाते गोंधळल्यासारखे झाले होते.

मी विचारलं, “काय हो- झालं काय?”

तो इसम आवाज चढवून म्हणाला, “हे कोण तुमचे!”

"माझे मित्र!"

"असतील! शरम वाटते का त्यांना!"

"शरम? कसली शरम? काय म्हणताय काय तुम्ही?" मी अत्यंत आश्चर्यानं विचारलं. त्याच्या बोलण्याचा रोख मला कळेना.

"हे तुमचे मित्र माझ्या बायकोला-" तो थांबला मग पुन्हा म्हणाला-"माझ्या बायकोच्या भलत्या ठिकाणी हात लावताहेत!"

"भलत्या ठिकाणी म्हणजे?" मी अभावितपणे विचारलं.

"ही पोराला पाजत होती. पदर बाजूला पडला होता. पोराला खेळवतांना चोळी बांधायची राहून गेली." आणि पुढं काही न बोलता तो नखाते वकिलांकडे मूठ वळवून पाहू लागला.

बापरे! हे काहीतरी भलतंच, अनपेक्षित होतं!

"मी?" नखाते ओरडले, "काय वाटेल ते आरोप करता की तुम्ही माझ्यावर! कमाल आहे तुमची ! ते पोर रडलं म्हणून मी त्याला गोळी दिली- म्हणून काय तुम्ही वाटेल ते म्हणावं?"

"शी!" मी म्हणालो, "असलं घाणेरडं बोलताना तुम्हाला लाज वाटायला हवी! वकिलसाहेब, इग्नोअर ईट. ही टॉक्स जस्ट रबिश!"

"हे पहा मिस्टर- मी मॅट्रिक झालोय! मला इंग्रजी कळतंय!"

मी त्याच्या अवताराकडे पाहिलं. गिरणीतला अशिक्षित मजूर वाटत होता तो. घाणेरडा शर्ट, मळकी पँट. मात्र घोटलेली दाढी आणि चेहऱ्यावर अर्धवट शिक्षण घेतल्यावर दिसते तशी चमत्कारिक गुर्मी. प्रकरण विचित्र होतं एवढं खरं.

"इंग्रजी कळलं? तरी तुम्ही असले आरोप करता?"

"हे बघा, इंग्रजी कळतं म्हणून खरं बोलायला घाबरू की काय? हे तुमचे मित्र इंग्रजी शिकलेले- तरी असलं वर्तन करता? शेम!" हळूहळू आसपासचे लोक कुतुहलानं आमच्याकडे पाहू लागले.

"आमच्या बायका काय रस्त्यावर पडल्यात? त्यांना काय लाज अब्रू नाही असं वाटलं तुम्हाला?" त्या माणसाची तोंडाची टकळी चालूच होती.

मी म्हटलं, "अहो, अब्रूचा प्रश्न येतोच कुठं?"

"हे पहा-" तो नखाते वकिलांना उद्देशून म्हणाला, "मुकाट्यानं माझ्या बायकोची माफी मागा."

"माफी? पण...पण..." नखाते अडखळले. माझ्याकडे असहाय्यपणे पाहू लागले.

"होय माफी!"

"छे ! माफी का म्हणून मागतील ते?" मी विचारलं.

"असं? मग पुण्याला गाडी थांबू दे- मग दाखवतो—आमच्या बायकोच्या अब्रूची किती किंमत असते ती!" तो सभोवतालच्या उतारुंवर एक दृष्टीक्षेप टाकून म्हणाला.

कात्रज घाट आला. बोगद्यातून गाडी धावू लागली. वरून पुणं शहर दिसू लागले.

नखाते वकील अस्वस्थपणे खिडकीतून बाहेर पहात होते. शरमेनं अर्धमेले झाले होते. माझ्या मनात आलं, बरोबरच आहे! एखाद्या सज्जन माणसावर कुणी भलताच आरोप केला तर माणूस करणार काय? रस्त्यानं जाताना कुणी तरी धावत येऊन आपल्यासारख्यांच्या थोबाडीत मारली तर त्यात आपली काही चूक नसली तरी आपण शरमून जाऊच! सज्जन, अब्रूदार माणसाच्या मानापमानाच्या कल्पनाच वेगळ्या. मी नखाते वकिलांच्या जागी असतो तर? माझी नेमकी हीच अवस्था झाली असती!

गप्पा मारण्याचा मूड गेला होता. किंबहुना प्रवासातली मजा संपल्यासारखीच झाली होती. एकदाचं पुणं आलं की आम्हा सर्वांची त्या चमत्कारिक जाचातून मुक्तता झाली असती.

पण हे प्रकरण एवढ्यावर संपलं नाही!

पुणं आलं. मी माझी बॅग घेऊन खाली उतरलो. नखाते वकील सुटकेस घेऊन उतरु लागले-ती बाई मुलाला घेऊन उतरली.

आणि आम्ही उतरण्याची वाट पाहणारा त्या बाईचा नवरा एकाएकी पुढं आला. त्यानं खाड्दिशी नखातेंच्या मुस्काटात मारली.

नखाते झोकांड्या खात मागं गेले. त्यांच्या हातातली बॅग गळून पडली. चष्मा उडाला आणि तोल सावरता सावरता त्यांची मोठी केविलवाणी

अवस्था झाली.

मी रागानं पुढे झालो. पण माझा पवित्रा जाणून त्यानं माझ्या तोंडावर जोराचा ठोसा लगावला. माझ्या तोंडातून भळदिशी रक्त ओघळलं. डाव्या बाजूकडचा एक दात निखळून खाली पडला!

दोन चार लोकांनी पुढं येऊन आवरून धरलं. गर्दीतला एक अंगपेरानं मजबूत दिसणारा माणूस माझ्याकडे आला, म्हणाला, "चला, आपण पोलीस स्टेशनवर जाऊ. मी पोलिसात आहे. या माणसानं तुम्हा दोघांवर हात टाकलेला मी पाहिला आहे. इथं काय मोगलाई आहे होय? ह्या प्रवासी लोकांना धडा शिकवला पाहिजे." मला ती कल्पना आवडली. नखाते एका बाजूला उभे होते. त्यांचा चेहरा पार पडला होता.

"वकिलसाहेब—चला, आपण पोलीस स्टेशनवर जाऊ. इथं स्वारगेटपाशी आहे."

"पोलीस स्टेशनवर? कशासाठी?"

"अहो—हे लोक कायदा हातात घेतात म्हणजे काय? त्यांच्याविरुद्ध आपण कंपलेट करू, काय समजतात काय हे?"

नखाते मान हलवीत म्हणाले, "नको ! जाऊ या आपण आता घरी! आणखी तमाशा नको."

तो पोलीसातला माणूस पुढं आला-"नाही नाही, हे प्रकरण इथचं सोडता उपयोगी नाही! तुम्ही तर वकील ना? मग कायदा आमच्यापेक्षा तुम्हाला अधिक माहिती!"

"होय ! खरं आहे! तरी पण—"

"चला हो-या प्रकरणाचा निकाल लावलाच पाहिजे. माझं नाव घाटपांडे, पोलीसात आहे मी मुंबईला."

घाटपांडेनी त्या नवऱ्याला बकोटीला धरलं व ते त्याला ओढत नेऊ लागले. तो नवरा मात्र म्हणत होता-चला! पोलीस स्टेशनवर चला! मी भितो की काय? सांगतो तिथं सारं!" आणि जिच्यावरुन हे सारं प्रकरण उद्‌भवलं ती त्याची बायको त्याच्या मागून रडत, डोळे पुशीत चालू लागली. कशाला नसत्या भानगडीत पडता? उद्या मुंबईला कामावर जायचं आहे-

पाया पडा- मोकळे व्हा! पण तिचा नवरा तिचं ऐकायला तयार नव्हता. मी रुमालानं तोंडातून ओघळ येणारं रक्त पुशीत मागून चाललो होतो. नखाते वकील नाखुषीनं हळूहळू मागं येत होते. त्यांचे कपडे धुळीनं माखले होते. चेहरा अगदी उतरुन गेला होता.

पोलीस स्टेशनवर घाटपांडेनी इन्स्पेक्टरला सगळी हकीकत सांगितली.

नखाते वकिलांच्याकडे संशयित नजरेनं पाहात इन्स्पेक्टर विचारू लागला. ''कोण हा इसम? काय करतो?''

पोलिसाला काय- पंतप्रधानापासून प्यूनपर्यंत सगळे इसमच! मी म्हटलं, ''हे बघा इन्स्पेक्टरसाहेब, हे नावाजलेले वकील आहेत. संसारी, मुलंबाळं सांभाळून रहाणारे सज्जन आहेत. त्यांच्यावर असा घाणेरडा आरोप...''

''हां...हां माहीत आहे सज्जन कोण आहेत ते ! स्वत: डोळ्यांनी पाहिलं मी-जंटलमन डाकू-'' तो मुंबईवाला कामगार ओरडला.

''ए गप्प बस जरा ! तुझी बायको कुठे आहे?'' इन्स्पेक्टरनं विचारलं.

''ती पहा-डोळे पुसतीय.''

''काय ग! तुझा नवरा म्हणतो ते खरं काय? खरं सांग. नवऱ्याला पाठीशी घालू नकोस.''

ती स्फुंदत म्हणाली, ''होय!''

''ह्या माणसानं तुला हात लावला?''

''होय.''

''अगं सांग- भलत्या जागी हात लावला म्हणून-!'' नवऱ्यानं तिला दटावलं.

त्या अवस्थेतही ती लाजली. खाली पाहू लागली.

मला रहावलं नाही. ''साफ खोटं! दोघं खोटं बोलताहेत! मांजराच्या साक्षीला उंदीर ! नॉन्सेन्स- ह्यांना काय बायकामुलं नाहीत? संसार-घरदार नाही?

''काय सांगता राव? बायका मुलांचा आणि ह्यांनी जे केलं त्याचा संबंध काय?'' तो कामगार तिरसटपणे बोलला.

''ए- तू गप्प बस? ह्यांच्या अंगावर हात का टाकलास तू?''

''हे माझ्या बायकोची माफी मागायला तयार नव्हते! माझ्या पद्धतीनं

मी त्यांना शिक्षा केली.''

''पण कम्प्लेंट द्यायची आमच्याकडे!''

''काय उपयोग? आणि मला वेळ नाही. रात्रीच्या गाडीनं मुंबईला जायचंय.''

''आता तुला कोण जाऊ देतो!'' घाटपांडे म्हणाले.

त्या बाईनं गळा काढला.

मी पोलीस स्टेशनबाहेर पाहिलं. आमच्याकडे कुतुहलानं पहात बरीच माणसं उभी होती. त्यात माझे दोन विद्यार्थी व विद्यार्थिनी दिसल्या.

बापरे ! तोंडातून रक्त- रुमाल भिजलेला- पोलीस स्टेशन- तो मुंबईचा मवाली- त्याची रडणारी बायको.

दात पडल्यानं वेदनाही भरपूर होत होत्या. आतापर्यंत मी त्या विसरलो होतो. विद्यार्थी-विद्यार्थिनींना पाहून पुन्हा त्या बळावल्या ! इन्स्पेक्टरनी आमची नावं लिहून घेतली. तक्रार नोंदवून घेतली. त्या मुंबईवाल्याचा जबाब लिहून घेतला. बाईची जबानी घेतली. हे सगळं होईपर्यंत तास दीड तास गेला. अधून मधून इन्स्पेक्टरना फोन येत होते आणि शेलक्या शिव्या हासडीत इन्स्पेक्टर अनेकांना डाफरत होते.

''अहो आम्ही जाऊ?'' मी विचारलं. माझं डोकं मनस्वी दुखू लागलं होतं.

''इतक्यात कुठे चाललात?'' इन्स्पेक्टरनी थंडपणे विचारलं.

''म्हणजे?''

माझ्या तोंडाकडे पाहात घाटपांडे म्हणाले, ''असं करा- तुम्ही दोघं आता चला! मी पुढचं पाहतो- काय?''

त्यांचे तोंड भरून आभार मानीत; त्या जोडप्याकडे एकदाही न पाहता मी नखाते वकिलांना घेऊन पोलिस स्टेशन बाहेर आलो. टॅक्सी करून त्यांना घरी सोडलं आणि माझ्या घरी आलो.

माझा अवतार पाहून घाबरलेल्या 'ही' ला सर्व प्रकार सांगितला.

हिनं फोन करून डॉक्टरना बोलावणं पाठवलं.

मला रात्री सडकून ताप भरला.

आठवडाभर मी झोपून होतो. आजाराची बातमी कळल्यामुळे माधव अष्टपुत्रे मला भेटायला आला. ह्या माधवमुळेच माझी नखाते वकिलांशी ओळख झाली होती. झालेला प्रकार त्याला तपशीलवार सांगितला. माधव सगळं लक्षपूर्वक ऐकून घेत अधूनमधून प्रश्न विचारीत होता.

शेवटी तो म्हणाला, "यातून निष्पन्न काय झालं हे तुझ्या लक्षात आलेलं दिसत नाही."

"काय निष्पन्न व्हायचंय?"

"तू पोलीस स्टेशनहून घरी आल्यानंतर पुढे काय झालं असेल असं तुला वाटतं?"

मी खांदे उडवून म्हटलं, "कोण जाणे. आय डोण्ट केअर!"

"पोलीस इन्स्पेक्टरनी त्या माणसाला दम भरला असेल. तुरुंगाची धमकी दिली असेल आणि त्याच्याकडून वीसपंचवीस रुपये उकळून घाटपांडेच्या संगतीत खाणंपिणं केलं असेल!"

"असं म्हणतोस?"

"नाही तर काय?"

मी विचार करून म्हटलं, "त्याच्याशी मला काही कर्तव्य नाही! तुझे मित्र, बिचारे नखाते वकील त्यांना नसत्या भानगडीतून वाचविण्याचा तो छोटासा प्रयत्न होता. त्यांना आणि मला तेवढंच मानसिक समाधान..."

माधव पुन्हा हसला... "तुझा तो शिरवळला उतरून गेलेला म्हातारा मोठा चाणाक्ष निघाला!"

"तो कसा काय?"

"तो म्हणाला ना—लोकांना दानत न्हाय ऱ्हायली. चांगली शिकली सवरल्याली मानसं वंगाळ वागत्यात. म्हणून श्यान घोडं पेंड खातं—"

"तू काय सांगतोय ते माझ्या ध्यानात नाही येत माधव–" मी गोंधळून म्हटलं.

"नखाते वकील विधुर आहेत. पाचसहा वर्षांपूर्वी त्यांच्या मिसेस वारल्या."

"मग त्याचं काय?"

"नखाते वकिलासंबंधीचा असा किस्सा मी तुझ्याकडून पहिल्यांदा पण एकूण हिशोब करता दहाव्यांदा ऐकतोय!"

दात पडल्यानं मोकळ्या झालेल्या जागी बोट ठेवून मी माधवकडे पहातच राहिलो.

- ७ -

एका वादळाची चित्तरकथा

एअर कंडिशण्ड सुबक केबिन–ऐसपैस टेबल–समोरच्या भिंतीवर सुबक पेंटिंग-लालभडक टेलिफोन-रिव्हॉल्व्हिंग खुर्ची आणि समोरच्या खुर्चीवर बसून डिक्टेशन घेणारी तरुण टंच अवयवांची पी. ए...बस्स! माझं कधीपासूनचं हे स्वप्न होतं!

मॅनेजिंग डायरेक्टरनी मला प्रमोशन दिल्याचं सांगितलं आणि समारंभाने माझी केबिनमध्ये स्थापना केली, तेव्हा सर्व काही मनाजोगतं मिळालं. केवळ एक उणीव राहिली. माझ्या दिमतीला दिलेला पी. ए. कुरळ्या केसांचा, भल्या मोठ्या मिशांचा, कोण एक गलेलठ्ठ मद्रदेशीय होता. पत्राचं डिक्टेशन करताना, त्याच्या तेलानं चपचपलेल्या केसाकडे पाहावं लागे. त्यामुळे भलंमोठं पत्र असलं तरी ते थोडक्यांत आटोपायची इच्छा प्रबळ होई. सबब प्रमोशन मिळाल्यावर डिपार्टमेंटमध्ये सुधारणा होण्यासाठी ज्या काही सूचना मी मॅनेजिंग डायरेक्टरला केल्या, त्यात 'एक तरुण स्टेनो' अशीही मागणी नोंदवली.

माझ्या नोटवर चर्चा करण्यासाठी त्यांनी मला बोलावलं तेव्हा शेवटी विचारलं,

"तुमचा तो एच. शिवसमुद्रम यंगच आहे ना?"

"हो"

"मग ही यंग स्टेनोची मागणी कशासाठी?"

मी थोडासा गोंधळलो. मग हळूच म्हणालो,

"त्याचं काय आहे सर,–लेडी स्टेनोज अधिक एफिशियंट असतात-त्यांचं काम सुबक असतं"

"आय सी! कधी अनुभव आलाय?"

"अनुभव नाही-" मी चुळबुळ करीत म्हणालो, "पण तसं ऐकिवात आहे."

मॅनेजिंग डायरेक्टर हसले.

"ओ. के. ! गो अहेड-तशी जाहिरात देऊ-किती तरुण पाहिजे?"

"छे हो! तरुण म्हणजे, आपली-यंग-"

"ते आलं लक्षात ! पण शरीराची मापं देऊ जाहिरातीत?-थर्टीसिक्स-थर्टीथ्री—थर्टीसेव्हन—वगैरे वगैरे."

मी भयंकर लाजलो.

"छे हो, तसं काही नाही."

तो पारशी मोठाच रसिक निघाला. आठ दिवसांनंतर मी केबिनमध्ये शिरलो आणि कोट खुर्चीच्या पाठीवर काढून ठेवला, तर मंजुळ आवाजात, "मे आय कम इन सर?" असा प्रश्न.

"येस! कम इन." मी म्हटलं.

समोर एक अनोळखी मुलगी उभी.

"सर, मी शिरीन भरुचा-तुमची पर्सनल असिस्टंट."

"ईज ईट सो?" मी म्हटलं. हळूच तिला पाहून घेतलं. आता खरं म्हणजे, शरीराची आदर्श मापं कोणती, याची मला नीटशी कल्पना नाही. पण या मुलीची फिगर खरोखरी आदर्श. शरीरावर ज्या ठिकाणी वेलांट्या हव्यात त्या त्या ठिकाणी चांगल्या वळणदार आकाराच्या. कांती सफरचंदाची.

चेहरा हसतमुख. आणि स्मित केलं की इवल्या जिवणीतून ओघळणारी मोत्याची सर ! एकंदरीत प्रकार जीवघेणा.

डिक्टेशन घेताना ती किंचित पुढे झुकली. उतू जाणाऱ्या तारुण्याचं दर्शन मला घडलं. जीव कासावीस झाला. शब्द सुचेनासे झाले.

मग मी सावरून घेतलं. हळूहळू निर्ढावलो. माझी पत्रं लांबू लागली. ड्राफ्ट चांगले एलॅबोरेट होऊ लागले. पत्रांची साधी पोच देताना मी तपशील घुसडू लागलो.

"इफ यू डोंट माईंड मिस भरुचा-"

"आय डू माईंड सर!"

"अं !" मी चमकून विचारलं.

"मला मिस भरुचा म्हणू नका. नुसतं शिरीन म्हणा." ती मान वेळावीत म्हणाली.

तिचा शब्द मोडण्याचं काहीच कारण नव्हतं. माझा पत्रव्यवहार वाढू लागला. जनरल बॉडीच्या मिंटीगचा ड्राफ्ट तयार करताना, मी तो चार वेळा बदलला. अखेरीस मॅनेजिंग डायरेक्टर, जिजिमॉय घाई करू लागले, तेव्हाच मी ड्राफ्ट फायनलाईज केला. ते भाषण उत्तम ठरलं, याचं श्रेय अर्थात शिरीनला होतं.

सुमित्रा मला म्हणायची, "काय हो, तुम्ही हल्ली फार खुशीत असता?"

"अग प्रमोशन! दुसरं काय?"

"पण प्रमोशन मिळून महिना झाला! प्रमोशन मिळाल्याचं कळलं, तेव्हासुद्धा इतके आनंदात नव्हता! तुमच्या या खुषीचं रहस्य..."

"कोणत्याही साबण वा टूथपेस्ट वा सुटींग्ज ह्यात नाही ! समजलं?" मी सुमित्रेच्या गालाचा मुका घेतला. इतक्या जोरानं, की ती मुळचा विषय पार विसरुन गेली !

पण सुमित्रा म्हणाली ते खोटं नव्हतं. मी ऑफिसातून येताना न चुकता काहीतरी आणायचो. कधी केक्स, कधी फुलांचा गजरा! कधी झुळझुळीत साडी, तर कधी तिच्या आवडीच्या जेम्स हॅडले चेसच्या नॉव्हेल्स! पूर्वी मी ह्या वस्तू इतक्या अगत्यानं आणत नसे. बायका तशा चाणाक्ष

असतात. त्यात आमची सुमित्रा म्हणजे काय, चाणाक्षपणाचा कळस!

एक दिवस सकाळी मी दाढी करत होतो-अधूनमधून गुणगुणत होतो. तेवढ्यात सुमित्रा म्हणाली,

"तुमच्या ऑफिसात मला एकदा यायचं आहे."

"माझे आई-कशाला ते?" मी सेफ्टी रेझर गालावरून हळुवारपणे फिरवीत म्हणालो.

"शिरीनला पाहायचं आहे मला."

"शिरीन? कोण शिरीन?" मी बसल्याजागी उडालोच!

"कोण जाणे बाई तिचं आडनाव! तुमची पी. ए. हो-"

"हां-हां मिस भरूचा होय? ती कुठं भेटली तुला?"

"माझा आतेभाऊ परवा आला होता- त्याला ती भेटली म्हणे."

"कुठं?"

"कुठं म्हणजे? पी. ए. कुठं भेटणार? साहेबाच्या केबिनमध्ये!"

"ए, पण हा तुझा आतेभाऊ कडमडला, आपलं आला कधी केबिनमध्ये?"

"तुमच्याकडे तो काही केमिकल्सची प्राईम-लिस्ट घेऊन आला होता ना परवा?"

"तो अरविंद मुळगावकर?"

"हो, तो माझा दूरचा आतेभाऊ!"

"बापरे!"

"का बरं? तो चांगला गोरागोमटा—सुस्वभावी माणूस आहे! बापरे करायला काय झालं?"

परवा शिरीन एक टाईट मिनिस्कर्ट घालून आली होती. ब्लाऊजचा गळा अंमळ मोठा होता. अशा वेळी 'विथ रेफरन्स टू युवर लेटर नंबर डी. ए. व्ही., नाईंटीटू, डेटेड सो अँड सो-' असली रुक्ष पत्रं तिला डिक्टेट करायची काय छाती होती माझी? आम्ही इंग्लीश 'मुव्हीज' 'एलिझाबेथ टेलर रिचर्ड बर्टन' वगैरे महत्त्वाच्या विषयांवर चर्चा करत होतो. त्याचवेळी हा अरविंद मुळगावकर 'कबाबमे हड्डी' प्रमाणे मध्येच उपटला होता. निदान

सांगायचं तरी सुमित्राशी आपलं नातं! म्हणजे जी काही काळजी घ्यायची असते ती मी घेतली असती!

"काय ग, तुझ्या त्या आतेभावाला त्याचं तुझ्याशी नातं आहे, हे मला सांगायला लाज वाटली?" मी रागावून म्हटलं.

सुमित्रा म्हणाली, "त्याला नातं सांगून माल खपवायचा नव्हता! माझ्या माहेरचा माणूस-सरळ मनाचा!"

"हो" मी उठलो आणि सुमित्रेच्या गालाचा मुका घेतला. पण सुमित्रा बधली नाही.

"हे पहा, तुमची दाढी अजून झालेली नाही! दुसरं म्हणजे, मी मुख्य विषय विसरलेली नाही!"

"मुख्य विषय? कुठला मुख्य विषय? ती मिस भरुचा? ती नटवी मुलगी?'

"तुम्ही त्या असल्या नटव्या मुलीला पी. ए. म्हणून कशी टॉलरेट करता?"

"काय करू? प्रमोशन मिळालं तेव्हा तिचा ताप सुरू झाला. आमच्या ऑफिसात प्रत्येक बड्या ऑफिसरला लेडी पी. ए. आहे.'

"पण पी. ए. पुरुष असला तर नाही चालत?"

"छे ! तसा नियम आहे ऑफिसचा ! आणि लेडी असली म्हणून काय झालं? आपण मजबूत असलो, सरळपणानं वागलो म्हणजे कसली भीती?"

"हो, तेही खरंच!" सुमित्रा हसत म्हणाली.

अशा प्रकारे आमच्या सांसारिक जीवनावर येऊ पाहणारं छोटं वादळ, सहजपणे ओसरलं. शिरीनचा विषय घरात पुन्हा निघाला नाही.

सुरूवातीला शिरीन लाजरीबुजरी वाटायची. हळूहळू ती मोकळेपणानं वागू लागली. ती सिगरेट ओढते ते कळल्यावर, मी तिला अधूनमधून 'कर्टसी' म्हणून सिगरेट ऑफर करू लागलो. 'फ्री सोसायटी' मध्ये एवढं चालायचंय! आमच्या ऑफिसचा एक बडा क्लायंट नटवरलाल ह्याच्याकडे, बर्थडे पार्टी होती. सहकुटुंब बोलवल्यामुळे मी सुमित्राला घेऊन गेलो.

कॉकटेल पार्टी-त्यामुळे बिचारी सुमित्रा एका बाजूला कोल्ड्रिंक घेत बसली. मी अजून फारसा मुरलो नव्हतो. पार्टीला आलेले बहुतेकजण सहकुटुंब पीत होते. आम्ही दोघं तेवढे वेगळे पडल्यासारखे झालो होतो. सुमित्रा तर कंटाळून गेली होती. कधी एकदा डिनर घेऊन घरचा रस्ता सुधारतो, असं तिला झालं होतं.

नटवरलाल आमच्या टेबलापाशी आला. मी त्याची सुमित्राशी ओळख करून दिली.

"ही तुमची काय सख्खी बायको?" नटवरलालनं आश्चर्यानं विचारलं.

"म्हणजे काय? अर्थातच!"

"हे एवढे लोक दिसतात, त्यांच्याबरोबर त्यांच्या बायका आहेत असं तुम्हाला वाटतं?"

"मग कोण आहेत त्या?"

"अरे, तो ईश्वरसिंग आपल्या पी. ए. ला घेऊन आलाय! गग्राटबरोबरची त्याची पी. ए! शर्मा आणि तो पटेल, ऑफिसमधल्या स्टेनोंना घेऊन आलेयत!"

"आय. सी! मला पी. ए. चा हा उपयोग बिलकूल माहीत नव्हता!"

"तू तरी काय साला, अगदी नवा आहेस. घाटी आहेस पुरता!"

नटवरलाल 'तुम्ही' वरून एकदम 'तू' वर घसरला. मग डोळे मिचकावीत म्हणाला, "आणि साला-तुझी ती पार्शी पी. ए. एकदम चोखट. तिच्याबरोबर गुलगुल गप्पा मारतोस, सिगरेट पितोस! भाभी, माफ करा हां, पण कॉकटेल पार्टीला कोल्ड्रिंक प्यायचा काय? स्कॉच प्यावी शिरीन भरुचानं! अरे, ती आधी त्या शर्माकडे होती- मग ती त्या एक्पोर्टइंपोर्ट फर्ममध्ये होती."

"नटवरलालजी, खरं म्हणजे मी ह्यांना सांगितलं होतं, तुम्ही शिरीनला घेऊन जा पार्टीला" सुमित्रा म्हणाली. जातीची चणाक्ष ती! मला काही बोलता येईना.

"वा! एवढी समजूतदार बायको-आणि तू-तर डोण्ट कमिट सच मिस्टेक्स अगेन! ओ. के. ! कॅरी ऑन-" आणि हातातला ग्लास सावरीत

नटवरलाल दुसऱ्या टेबलांकडे गेला.

"ए सुमे, त्याचं तू मनावर घेऊ नकोस! चिक्कार प्यायलाय-वाट्टेल ते बरळतो!"

"मला माहीत आहे हो! मीसुद्धा त्याची फिरकी घेतली." सुमित्रा डोळे मिचकावीत म्हणाली. मी इतका खूष झालो की घरी असतो तर पटकन तिचा मुका घेतला असता! त्यानंतर सुमित्रेला बरोबर घेऊन पार्टीला जायची चूक पुन्हा केली नाही. एकदोनदा मी एकटाच गेलो. जिजीभॉयकडे पार्टी होती, तेव्हासुद्धा मी एकटाच होतो. ऑफिसमधले बडे लोक आले होते. शिरीनसुद्धा होती. आणि नेहमीचे लोक. नटवरलाल, ईश्वरसिंग, शर्मा, पटेल, गग्राट...

त्या दिवशी नाही म्हणता थोडी जास्तच झाली! नटवरलालनं मुद्दाम आगाऊपणा केला. शिरीनला माझ्याजवळ बसवली. तिचा ग्लास माझ्या हातात दिला व माझा ग्लास तिच्या हातात! शिरीनचा स्कर्ट-ब्लाऊझचा रुंद गळा-डोळ्यातली गुलाबी छटा ! तिचे गाल नुसतेच खुसखुशीत दिसत नाहीत- ते तसे आहेतही, हे मला त्या रात्री कळलं. सकाळी उशीरा जाग आली तर सुमित्रा जामानिमा करून बाहेर निघालेली.

"काय ग, चाललीस कुठं तू?" मी आळसावलेल्या स्वरात विचारलं अजून रात्रीचा प्रसंग आठवत होता. शरीरात धुंदी भिनलेली होती.

"इंटरव्ह्यू आहे माझा-! मी तुम्हाला म्हटलं नव्हतं का, मला घरी बसून कंटाळा येतो म्हणून! प्रमोशन मिळाल्यापासून तुम्हाला घरी यायला उशीर होतो. तेव्हा– काय, आठवतं कां?" तिनं खोचकपणे विचारलं.

"हो तर! आठवतं ना!"

खरं म्हणता, मला काही हे सारं नीटसं आठवत नव्हतं.

"पण इंटरव्ह्यू आहे कुठं? पोस्ट कसली?"

"नॅशनल मशीन मॅन्युफॅक्चरिंग कंपनीतल्या मॅनेजरना पी. ए. पाहिजे."

"पी. ए.? त्या भरतसिंगला?" माझी धुंदी एकदम उतरली.

"भरतसिंग नाव का त्याचं? कोण जाणे!"

"सुमे, इंटरव्ह्यूला मुळीच जायचं नाही."

"का बाई?"

टाईट स्कर्ट, सिगरेट, उष्टी स्कॉच, लुसलुशीत स्पर्श-

"खुळी की काय तू? पी. ए. च्या नोकरीत किती रिस्क असतं-"

"रिस्क कसली? आपण मजबूत असलो, सरळपणानं वागलो तर कसली भीती? आता यावर तुम्ही 'तेही खरंच' म्हणायचं बरं का!"

"कां म्हणून?"

"कारण मी तसं म्हटलं होतं मागं ! बराय मी निघते! चहा करून थर्मासमध्ये ठेवलाय-फ्रीजमध्ये सँडविचेस आहेत-"

"सुमे, मागं फिर, बाहेर पाऊल टाकायचं नाही-" मी आवाज चढवला.

"अहो-पण-"

"आय से कम बॅक-"

तोरडमलांची एकदोन नाटकं पाहून आवाज चढवताना, इंग्रजी बोललेलं अधिक परिणामकारक होतं, हे माझ्या ध्यानात आलं होतं!

यानंतर काय काय झालं, हे मी सांगत नाही. एवढंच सांगतो, की शेवटी सुमित्रेचा मुका घेतला तेव्हा माझे खरखरीत गाल तिच्या आसवांनी भिजून चिंब झाले.

संध्याकाळी सहज म्हणून, सुमित्रेचा तो दूरचा आतेभाऊ माझ्या केबिनमध्ये डोकावला तेव्हा मी एच. शिवसमुद्रम्च्या तेलानं थबथबलेल्या कुरळ्या केसांकडे पहात, पत्र डिक्टेट करण्यात मग्न झालो होतो...

- ८ -

डबेवाडीची पंचायत निवडणूक

ऑफीसमध्ये गेलो तेव्हा खाकी रंगाचं पाकीट माझी वाट पाहात माझ्या टेबलावर पडलं होतं. सरकारी लखोटा म्हणजे माझ्या छातीत नेहमीच धडधडतं. कामात चुका राहिल्या म्हणून पगारात कपात, निदानपक्षी कुठल्या तरी कुग्रामात बदली असं काही तरी असावं असं वाटलं. कापऱ्या हातानं मी लखोटा उघडला.

डबेवाडी गावच्या ग्रामपंचायतीची निवडणूक पुढल्या सोमवारी होती. तिथं पोलिंग ऑफिसर म्हणून जाण्याचा सरकारी आदेश होता तो...!

ऑफिसमधल्या बऱ्याच मंडळींना खलिते आले होते. तंबाखू मळता मळता आणि सिगारेट पेटवता-पेटवता ऑफिसमध्ये त्याबद्दल जोरदार चर्चा चालू होती. ऑफिसची वेळ संपेपर्यंत मंडळींना चघळायला चांगला विषय मिळाला होता!

''काय खरे-तुम्ही जाणार की नाही निवडणुकीच्या कामाला?'' अडकित्त्यानं सुपारी कातरतांना देशपांडेनं मला विचारलं.

"फार कटकटीचं काम नसतं ना?" मी चिंतातूर होऊन विचारलं.

'पहिलं प्रेम, पहिलं चुंबनप्रमाणं तुमची ही पहिली इलेक्शन दिसते." कुलकर्णी म्हणाला.

"हो ना."

"मग जरूर जा. पहिल्या चुंबनाइतकीच पहिली इलेक्शन रोमांचकारी असते!"

"कोण जाणे! अनुभव घेतला पाहिजे!" मी पुटपुटलो.

"खरे, तुमच्या खेड्याची निवडणूक कधी आहे?"

"सोमवारी."

"तुम्हाला जायचं नसेल तर मी जातो!" देशपांडे म्हणाला, "तेवढाच तंबाखू-चुन्याचा महिन्याचा खर्च सुटेल."

"पण हा सरकारी आदेश!" मी विचारलं.

"काय खरे तुम्ही! अहो- आताच दोनतीन दिवस रजेचा अर्ज टाकायचा! सोमवारी रजा हवी. वाईफची डिलिव्हरी आहे."

"अहो-पण तिच्या डिलिव्हरीला अवकाश आहे."

"लिहा हो! सरकार थोडंच येणार आहे तुमच्या बायकोच्या बाळंतपणाला."

"आणि बाळंतपणासाठी रजा हवी तेव्हा काय?"

'तेव्हा लिहायचं मुलाचं बारसं आहे!"

मी विचारात पडलो. 'देशपांडे, काम फार कटकटीचं असतं का हो?"

"कटकटीचं? अहो, दोन दिवस डबेवाडीसारख्या खेड्यात रहायचं म्हणजे काय संकट आहे हे तुमच्यासारख्या मुंबईकरांना नाही कळणार! आमचा जन्म खेड्यात गेलेला! हे सातारा गाव म्हणजे आमच्या दृष्टीनं जगातलं मोठ्यात मोठं शहर!"

"बघू. विचार करीन." मी फाईल उघडून कामाला लागलो. देशपांडे कुलकर्णी-थत्ते- ठुसे यांची नेहमीप्रमाणं पान तंबाखूची बैठक रंगली. तास दोन तास चकाट्या पिटल्याशिवाय त्यांना काम करायला उत्साह कसा तो वाटत नाही याला ते बिचारे काय करणार?

संध्याकाळी घरी आलो आणि सिंधूला सरकारी लखोट्याची बातमी सांगितली.

"अय्या ! तुमची हाफिसर म्हणून नेमणूक झाली? बरं झालं बाई. देव पावला! माझी लहानपणापासून इच्छा होती. नवरा हाफिसर असावा! कारकून-मास्तर नसावा! लग्न झालं त्यावेळी मी हिरमुसले होते."

"अगं पण-"

"ते काही नाही! हा माझाच पायगुण! जाऊबाईंच्या बहिणीशी लग्न केलं असतं तर जन्मभर पडला असता खितपत कारकून म्हणून!"

"हे बघ, सिंधू, वैनीच्या बहिणीची बदनामी करण्याची गरज नाही! ही हाफिसरची जागा फक्त दोन दिवसापुरती! पुरते दोन दिवससुद्धा नाही."

सिंधूचा चेहरा पडला. "इश्य ! दोनच दिवसासाठी का? काय बाई तरी हे सरकारी! दोन दिवस तर दोन दिवस! चांगलं काम केलंत तर कायमची बढती मिळेल!"

"पण मी जावं की नाही विचार करतोय!" आणि मी सिंधूला देशपांडेचं म्हणणं तपशीलवार सांगितलं. सिंधूचा पारा एकदम चढला. "बाई बाई बाई! ते सांगतात आणि तुम्ही ऐकता! भोळे सांब ग बाई!"

"अगं पण पन्नास रुपयासाठी-"

"तुम्हाला जड झाले आहेत का पन्नास रुपये? मला द्या. मी पैसे जमवत्येय तोडे करायला."

सोन्याचे तोडे करण्यासाठी पन्नास रुपये-! म्हणजे तोडे घेता येण्याइतका पैसा गोळा व्हायला तीसचाळीस निवडणुका व्हाव्या लागणार!

दुसरे दिवशी ऑफिसमध्ये गेल्या गेल्या देशपांडेनं विचारलं,

"काय खरे, काय ठरवलंत?"

"इलेक्शनचा अनुभव एकदा घ्यावा म्हणतो."

देशपांडेनं सुपारी कातरत शापवाणी उच्चारली-"जा लेको, पैसे मिळवा ! मग पश्चात्ताप पावाल!"

मी काही बोललो नाही. सिंधूचा सोन्याचे तोडे बनवून घेण्याचा दीर्घकालीन बेत त्याला का म्हणून सांगू?"

निवडणुकीचा दिवस जवळ येऊ लागला. मामलेदार कचेरीत आम्हाला तीन चार दिवस ट्रेनिंग देण्यात आलं. देशपांडे, कुलकर्णी, थत्ते, ठुसे ट्रेनिंगसाठी ऑफिसमधून लवकर बाहेर पडत आणि सरळ घरी जाऊन ताणून देत. निवडणुकीपूर्वी चौघांच्या चेहऱ्यावर तुकतुकी आली. मी मात्र ईमानेइतबारे हजेरी लावून कामाचं स्वरूप समजावून घेतलं. हो, चुका झाल्या तर नोकरीवर गदा यायला नको.

दरम्यान सिंधूनं आजूबाजूच्या साळकाया-माळकाया गोळा केल्या व नवऱ्याला पोलिंग हाफिसरचा चान्स मिळाला (किनई माझा पायगुण!) म्हणून जंगी पार्टी दिली. या पार्टीत माझे वीस-पंचवीस रुपये खर्च झाले! बायकांचा हिशोब हा असाच! दुकानदाराकडे चार आण्यासाठी घासाघाशी करतील आणि बसची सोय असून टॅक्सी करतील! मग आजूबाजूच्या मंडळींपुढं, "मला बाई बसच्या क्यूमध्ये उभी राह्याला कंटाळा येतो! मी त्यांना म्हटलं, हे पहा सरळ टॅक्सीनं जाऊ!" असं मिरवायला तयार!

रविवारी दुपारी मौजे डबेवाडी गावी निघालो.

देशपांडेनं इशारा दिला होता. "दंगाबिंगा होईल जपून जा!" चिलखत, जिरेटोप असता तर तोही मी घेऊन गेलो असतो. शेवटी फारशी थंडी नसूनही अंगावर भरपूर कपडे चढवले. मारामारी झाली व आपल्यापर्यंत पोचली तर शरीराला फारशी इजा होऊ नये यासाठी एवढी खबरदारी पुरेशी होती. जेवणाची सोय त्या गावचा पाटील करतो असं कळलं होतं. तरीपण मी चार पाच लाडू व चिवडा बरोबर घेतला होता.

जीपनं मी डबेवाडीला आलो. पोचलो तेव्हा अंधार पडू लागला होता. गाई घराकडे परतण्याची वेळ झाली होती. चावडीवर पाटील माझी वाट पहात होते. चावडी मागची एक अंधेरी खोली त्यांनी माझ्यासाठी राखून ठेवली होती. पाटलांची दोन चार पोरं त्या खोलीत हुंदडत होती. मी माझ्याजवळची बॅग खोलीत ठेवली. पाटील म्हणाले, "चला, कपडे बदला. हातपाय धुऊन तयार व्हा-"

"कशासाठी?"

"आता थेट जेवाया जावं!"

"इतक्या लवकर?"

"मास्तर, तुम्ही दमला असाल. जेवा आणि झोपून टाका! उद्या समदा दिस काम करायचं हाये की विलेक्शनचं!"

मग ते चावडीवरल्या तलाठ्याला म्हणाले,

"किसन, पोरांना घेऊन ये चितळ्यांकडं."

पाटलांबरोबर मी निघालो. गाव बकाल होतं. वीज पोचली नव्हती. मिणमिणते दिवे उदास, केविलवाणे दिसत होते. गावाच्या एका टोकाला लोकांचा गलका चालला होता. पेट्रोमॅक्सचे चार दिवे लखलखत होते. लोकांच्या जेवणाच्या पंगती उठत होत्या.

"पाटील, हे काय चाललंय?"

"अवं, जेवणाजवळ चाललीय-आपुनबी हतंय बसायचं जेवाया."

"पण एवढी गर्दी कशी इथं!"

"आमच्या गावात दोन बामणाची घरं- चितळ्यांचं आणि देशमुखाचं!"

"मग? मला बामणाकडे जेवायला पाहिजे असं मी कुठं सांगितलं होतं?"

"तसं न्हाय मास्तर! चितळ्यांचा बाप मेला त्याचं पहिलं श्राद्ध हाय-म्हनुनशान ह्यो जेवणाचा बेत-"

मी खवळलो, "पाटील, मला श्राद्धाचं जेवण घालता? समजलात काय तुम्ही?"

"आयला त्यात काय वं? समदा गाव जेवतोय-म्याबी इतंच जेवनार! लाडवाचं जेवण-"

"तुम्ही जेवा-मला नाही इथं जेवायचं!"

"मंग मास्तर!"

"आणि मला मास्तर म्हणू नका! मी मास्तर नाही."

"राह्यलं! नाव काय तुमचं?"

"खरे-"

"खरे असा न्हाय तर खोटे असा!" आपल्या विनोदाबद्दल पाटील सात मजली हसले. हात पुढं करून त्यांनी टाळी मागितली. मी संतापलो होतो-पण सवयीनं त्यांना टाळी देऊन टाकली! त्यावर पाटील आणखी

जोरात हसले मग म्हणाले, "मंग काय तुमी उपाशी ऱ्हाणार!"

"हो. उपाशी राहीन!"

"तुमची मर्जी! दाजी ह्या मास्तरला आपलं खरेसायबांना चावडीवर पोचीव!" एवढं म्हणून पाटील घाईघाईने मेजवानीत सामील झाले. मी चावडीकडे परतलो.

सपाटून भूक लागली होती. रागानं फणफणत होतो- त्यामुळे भूक वाढली होती. खोलीचं दार लावून घेतलं- पिशवीतला डबा उघडला तर काय! डबा रिकामा! लाडू आणि चिवडा गायब! पाटलांची दोनचार पोरं खोलीत अडमडत होती- त्यांच्याच प्रताप असावा! काय बोलणार आणि कुणावर संतापणार! तिथं पाटील सहकुटुंब बुंदीचे लाडू चापताहेत आणि मी- नुसतं पाणी पिऊन सतरंजीवर पडलो. डास गुणगुणत होते-ढेकूण अंगातलं रक्त काढत होते. या कुशीवरून त्या कुशीवर तळमळत रात्र काढली.

दुसरे दिवशी सकाळपासूनच कामाला सुरुवात झाली. शाळेत मतदानकेंद्र होते. तिथं मी गेलो. कुणीतरी कळकट कपबशीतून थंडगार चहा आणून दिला. कपावर बाहेरच्या बाजूस ओघळणारे डाग दिसू नयेत म्हणून डोळे मिटून चहा प्यायलो. चहा होता की साखरेचा पाक-हा विचार करीत मी कामाला लागलो.

आजच्या मतदानाला सुरवात झाली. एक तास कुणीच फिरकलं नाही. मारायला माशा भरपूर होत्या ही गोष्ट वेगळी! नऊ वाजता धटिंगणासारखे दिसणारे दोनतीन मतदार आले.

"काय मास्तर, ह्ये काय हाय?"

मी आतून सांगितलं-"निवडणुकीचं मतदान केंद्र-"

"निवडणूक ? म्हंजी काय?" एकानं विचारलं.

"विलेक्शन आसंल-" दुसरा बोलला.

"हो" हो- इलेक्शन-, हा पोलिंग बूथ. आहे-" मी.

"बूथ! इथे शेंटर हाय मास्तर शेंटर! काय राव- बूथबिथ म्हणून आमास्नी घोळात टाकता! तुमी मस्त इंग्रजी बोलत असाल-"

मतदान करुन ते लोक जाईपर्यंत मी शब्द बोललो नाही! मात्र

त्यानंतर 'निवडणूक-' 'मतदान केंद्र' वगैरे शब्द वापरावयाचे नाहीत असा कानाला खडा लावला.

सबंध दिवस बूथ सोडून जायचं नाही- त्यामुळे दुपार भाजके शेंगदाणे, गूळ आणि तांब्याभर पाणी यांवर भागवावी लागली. आमचे पालनकर्ते पाटील दुपारपर्यंत फिरकले नाहीत बूथकडे! दोन अडीचच्या सुमारास वीसपंचवीस जणांचं एक टोळकं आलं. बहुतेक लोक मत देऊन गेले होते. पुन्हा का आले ते कळलं नाही. वीसबावीस लोक बाहेर घोळका करून उभे राहिले आणि पैलवान दिसणारे दोघेजण आत आले. एकाच्या हातात मतपत्रिकांचा पुडका होता.

''मास्तर पेटी कुठं हाय?''

''का? पेटी कशाला पाहिजे तुम्हाला?''

''गुमान दाखवता की?''

''पण का ते तर सांगा!'' मी धीर गोळा करून प्रश्न केला.

''ही व्होटं पेटीत टाकायची हायत!'' त्यानं पुडका माझ्यापुढं धरला.

''काय आहे त्या पुडक्यात?'' मी ठाऊक असून विचारलं.

''व्होटं हाईत-''

''पण त्या मतपत्रिका मिळाल्या कुठं तुम्हाला?''

''त्ये काय करायचंय तुमास्नी! नसत्या चौकशा नग! कदम सरपंच व्हायचा हाय! त्येच्या नावाची व्होटं हाईत ही!''

''बाप रे! आणि हे शिंदे जगताप-त्यांनी तक्रार केली तर?''

''त्येंची काळजी तुमास्नी नग!''

मी गडबडलो-पण उसन्या अवसानानं म्हणालो-''आणि मी ही मतं पेटीत टाकू दिली नाहीत तर?''

''तुमास्नी घराकडं परत जायचं हाय का न्हाय? बायकापोरं हायत का न्हाईत? आमचं कायपुन म्हणणं न्हाय! येवढंच ध्येनात धरा- ही व्होटं पेटीत पडत्यालच-पुन तुमचं नखसुदीक तुमच्या बायकापोरांना घावणार न्हाय!''

मी जागच्याजागी थरथर कापू लागलो. घाबरून डोळे मिटून घेतले. तेवढ्यात एका पैलवानानं पुडक्यातल्या मतपत्रिका सुट्या करून आत

टाकल्याच. मी डोळे मिटले होते- म्हणजे उघड्या डोळ्यानं काही पाह्यलं नाही एवढंच त्यातल्या त्यात समाधान !

संध्याकाळी मतदान संपल्यावर सकाळच्या चहाची उर्फ साखरपाकाची पुनरावृत्ती झाली. मला व मतपेटीला सातार्‍याला नेण्यासाठी मामलेदारांनी ट्रक पाठवला होता. मी चंबुगबाळं आवरलं आणि ट्रकच्या मागच्या पाखाडीत उभा राहिलो. ड्रायव्हरजवळ मामलेदाराचे कोण नातेवाईक बसले होते- त्यामुळे मागं धूळ खात उभं राहाणं क्रमप्राप्त होतं. मनात म्हटलं-

''अर्ध्या तासाचा प्रश्न! आता सातारा येईल आणि माझी सुटका होईल!''

पण ट्रक सातार्‍याची वाट सोडून वेगळ्या रस्त्यानं जाऊ लागला. बराच वेळ मी धूळ खाल्ल्यावर एक खेडं आलं. ट्रक उभा राहिला.

''काय हो ड्रायव्हर-इथं कुठं ट्रक आणलात?'' मी उतरून विचारलं.

ड्रायव्हरनं बिडी पेटवली. मग तो बेफिकिरीनं म्हणाला,-

''ह्यो गाव घोडेवाडी-''

''ते खरं, पण सातार्‍याला सरळ जायचं सोडून-''

''सातार्‍याला सरळ?'' तो मोठमोठ्यानं हसला. हसला कसला घोड्यासारखा खिंकळला. 'अजून मस्त गावं करायची आहेत! ही बघा लिस्ट, तुमचं गाव लिस्टात पहिलं-''

''बापरे, म्हणजे सातार्‍याला पोचणार कधी?''

''रात्रीचे अकरा बारा वाजतील!''

मी हॉटेलचा शोध केला. एक हॉटेल होतं-पण तिथं भल्या मोठ्या आकाराच्या असंख्य माशा घोंगावत होत्या. मी तसाच मागं फिरलो-ट्रकमध्ये येऊन उभा राहिलो. त्या गावची मतपेटी आली. माझ्यासारखा एक ऑफिसर ताब्यात घेऊन ट्रक पुढं निघाली. आमची यात्रा दहाबारा गावी फिरली. ट्रकमध्ये पॅसेंजर वाढत होते- माझ्या अंगावरची धूळ वाढत होती.

भुकेच्या पोटी काही खायला मिळालं नाही खरं, पण धूळ मात्र पोटभर खाल्ली!

साडेबारा वाजता सातार्‍याला पोचलो. मतपेट्या योग्य स्थळी पोचवल्या. सह्या घेऊन मी घरी आलो तेव्हा सिंधू डाराडूर झोपली होती. माझा अवतार

पाहून ती दचकली. मग म्हणाली, ''तुम्ही उद्या सकाळी येणार होता ना?''

''आता सकाळ व्हायला आलीच असेल की! जाऊ दे. मी हातपाय धुतो-पान वाढ-''

''पान? म्हणजे तुम्ही जेवून नाही आलात?''

''नाही!''

''सरकारनं हाफिसर लोकांना उपाशीच ठेवलंन?''

''हो!'' मी चिडलो होतो. ''जे काही असेल ते दे-जेवण नसलं तर नसो-''

''दोन पेरु, थोडी जांभळं आहेत-!''

''भाकरी नाही?''

''पोळी असेल एखादी!''

घरात असेलनसेल ते सगळे खाण्याचे पदार्थ मी संपवले. पेरु-जाभळं एवढंच नव्हे तर कच्ची करवंदसुद्धा मी खाऊन टाकली. दोन दिवसांचा उपवास!

सकाळी उठल्या उठल्या सिंधू ओरडली- ''म्हणजे ! हे काय?''

''कुठं काय?'' मी अर्धवट झोपेत विचारलं.

''स्टेनलेसचा डबा कुठं?''

''डबा नाही?''

''नाही! बॅगेत डबा नाही!''

''डबेवाडीला डबा राहिला की काय? की कुणी पळविला?''

''तुम्हालाच ठाऊक! बाई-बाई-बाई- वीस रुपयांचा माझा डबा.''

मी कातावलो. ''स्टेनलेस स्टीलचा डबा द्यायचा सांगितलं होतं. कुणी? कागदात बांधून द्यायचे सोडून.''

''हो हो! तुम्हाला एवढं कसं कळत नाही? दोन दिवस हाफिसर होणार तुम्ही. कागदात लाडू बांधून नेणार?'' मग पुन्हा तिला हरवलेल्या डब्याची आठवण झाली.

''एकदा जाऊन या डबेवाडीला!''

''डबेवाडी? या जन्मात नाही जाणार!'' मी शहारलो. पाटलांच्या

त्या गावाला पुन्हा जायची नुसती कल्पना सहन होईना!

"मग माझ्या डब्याचं काय?"

"सिंधू, मला माझ्या कामाचे पै मिळतील. त्याचा डबा घे! तोड्याचं मग बघ!"

डबा कुणी पळवला असेल? पाटलांच्या त्या पोरांनी? की तलाठ्यानं? की आणखी कुणी?

मी ऑफिसला आलो. देशपांडेला गाठला. आणि पहिला प्रश्न केला. "काय हो देशपांडे, आमच्या इलेक्शनचं जे काम केलं त्याचे पैसे कधी मिळतील?"

"खरे, तुम्हाला काय वाटतं? कधी मिळावेत?"

"पुढल्या महिन्याच्या पगाराबरोबर–" देशपांडे मोठमोठ्यानं हसू लागला. तंबाखू मळून त्यानं गालफडात कोंबली. तो म्हणाला, "खरे, पुढल्या पगाराबरोबर पैसे येतील खरे. पण ते दोन वर्षांपूर्वी झालेल्या असेंब्लीच्या इलेक्शनचे!"

"म्हणजे! कालच्या निवडणुकीचे पैसे–"

"पुढच्या लोकसभेच्या निवडणुकीनंतर आले तर उपकार समजा मायबाप सरकारचे! तंबाखू घ्या-चांगला मळला आहे चुन्याबरोबर. गालफडात ठेवा तासभर म्हणजे सगळं इलेक्शन विसरून जाल. इलेक्शन, पन्नास कवड्या आणि आपलं हे लोकशाही सरकार!

मी आवंढा गिळला, तंबाखूची गोळी तोंडात टाकली. आणि डोळे मिटले.

लवकरच माझ्या डोळ्यासमोर स्टेनलेस स्टीलचे डझनभर डबे आणि गोठ, पाटल्या, तोडे तरंगू लागले!

- ९ -

बारा हजारात अमेरिका

नेहमीप्रमाणं खुर्चीच्या पाठीवर कोट टाकून मी माझ्या केबिनबाहेर पडलो आणि ऑफिसमधल्या अन्य सहकाऱ्यांच्या केबिनमध्ये आळीपाळीनं बसून गप्पा छाटू लागलो. तेवढ्यात माझा शोध घेत पाटोळे शिपाई रामस्वामीच्या केबिनमध्ये शिरला.

"साहेब-तुमचा-फोन-''

"कुणाचा आहे रे?"

"आडनाव भलं मोठं आहे. संपता संपत नाही.''

बाळक्या धोपेश्वरकरचा फोन असल्याचं मी तत्काळ ओळखलं. आमच्या गप्पा अगदी ऐन रंगात आल्या होत्या. या बाळक्याला असं मध्येच कडमडायची सवयच आहे नाही तरी! मी केबिनमध्ये नसताना फोन करण्याची काही गरज होती का? रामस्वामी, मेहता, बंदुकवाला यांचा निरोप घेऊन चडफडत मी केबिनकडे परतलो.

"केयूर का?'' बाळक्याचा उत्सुक आवाज.

''हो. दुर्दैवानं केयूरच! काय रे बाळक्या, माझी मध्येच कशी याद आली?''

''तू येणार का?''

''कुठं?''

''कुठं ते मग विचार–आधी होय की नाही ते सांग-''

''तुझ्याबरोबर स्वर्गात काय, नरकातसुद्धा येईन असं मी म्हटलं असतं-पण दुर्दैवानं तू सुंदर मुलगी नाहीस-''

''अमेरिकेला येणार का? फालतू बडघड नको तुझी.''

''अमेरिकेला?''

''हो. मी चाललोय.''

''वॉटरगेट प्रकरणात साक्ष द्यायला की भारत सरकारतर्फे किसिंजरगिरी करायला?''

''दोन्ही चूक! कन्सेशनल रेटनं अमेरिका ट्रीप करायचा चान्स आहे. कमीत कमी वीस माणसं हवीत. मी धरून एकोणीस लोकांची यादी तयार केलीय. तुला यायचं असेल तर सांग. वीस लोक होतील.''

हा लेकाचा बाळक्या सगळ्यांनाच असं सांगत असावा हे माझ्या ध्यानात आलं!

''कोण कोण येणार आहेत ते तरी सांगशील.''

''सगळ्या एकोणीस लोकांची नावं सांगत बसत नाही!'' बाळक्या (बहुधा) चाणाक्षपणे उत्तरला. ''तरी पण दोनचार हायपॉईंटस सांगतो. मराठी रंगभूमीवरची उगवती अभिनेत्री मेघमाला, हिंदी सिनेमात हेलनची जागा घेणारी नृत्यतारका एफ. सगुणा.''

''तिथं काय तिचे नृत्याचे कार्यक्रम आहेत?''

''छेरे! चेंज म्हणून चाललीय ती! जमलं तर कॅबरे आणि फ्लोअर शोज जवळून पाहणार आहे.''

''त्याबद्दल आपण भेटीत अधिक विस्तारानं बोलू. आणखी कोण?''

''वाश्या महाजन.''

''तो कवी? ट्रीप फुकटबिकट आहे की काय?''

"जवळ जवळ फुकटच. म्हणजे फक्त बारा हजार रुपये."

"बारा हजार?" मी जागच्या जागी उडालोच.

"मग काय लेका, बाराशे?"

"बारा हजार म्हणजे टू मच बाळक्या."

"पण बारा हजारांत काय काय मिळणार आहे! विमानानं प्रवास. पॉश हॉटेलात मुक्काम. उत्तम जेवण. नाईट क्लब्ज. फ्लोअर शोज." 'धी न्यू गणेशभुवन' मधला पोऱ्या 'राईस प्लेट' चा तपशील सांगताना 'दोन मुदी भात, एक कोशिंबीर, एक लिंबूची फोड, दोन भाज्या, तीन चपात्या' ज्या थाटात उच्चारतो त्या थाटात बाळक्या म्हणाला.

"पण बाळक्या, तुम्ही एकोणीस लोक दरडोई बारा हजार आणणार कुठनं रे?"

"केयूर," बाळक्या वैतागला असावा. "तू म्हणजे अगदी हा आहेस! पाणी घाल म्हटल्यावर पाणी घालायचं सोडून-"

"समजलं समजलं." मी फोन खाली ठेवला. आमच्या ऑफिसातल्या टेलिफोन ऑपरेटर मुलीला दुसऱ्यांचे फोन चोरून ऐकण्याची सवय आहे. त्यामुळे संभाषणातला आक्षेपार्ह भाग आम्हाला सेन्सॉर करावा लागतो! असो.

बारा हजार रुपये आणायचे कुठनं? विम्याचे हप्ते भरणं कठीण होतं तिथं एवढी मोठी रक्कम उभी करायची कधी? महिन्याचा पगार एक तारखेऐवजी पाच तारखेस झाला की घरात हाहा:कार माजतो. दिवसाला दोन या गतीनं चार दिवसात सिंधूच्या कपाळावर आठ आठ्या चढतात. मोलकरीण करुणेनं व दुधवाला भय्या तुच्छतेनं पाहू लागतो. आमच्या घरातल्या सर्वांची पोटं माझ्या हातावर आणि म्हणे बारा हजार खर्चून अमेरिकेला जायचं! तेही फक्त वीस दिवसांसाठी ! छे. या बाळक्याला लागलंय वेड! माझ्यासारख्या मित्रांच्या आर्थिक परिस्थितीबाबत त्यानं भलभलत्या कल्पना करून घेतलेल्या दिसतात!

दोन-चार दिवस मी बाळक्याच्या फोनची धडधडत्या हृदयानं वाट पाहिली. फोन आला नाही, त्याचाही पत्ता नाही. मी मनात म्हटलं-चला कटकट गेली! इथं कुणाला निक्सननं आमंत्रण दिलंय? काही तरी मनात

उफाळून आलं- उतावळ्या बाळक्याने भराभर फोन केले! लेटस फर्गेट इट!

पण बाळक्या कुठं सगळं विसरू देतोय?

रविवारी सकाळी स्वारी हजर! मी, बाळक्यालाच काय, अमेरिका नामक देशालाही विसरून गेलो. सिंधू टोस्ट तयार करत होती आणि संसारवृक्षाला आलेली फळं आजूबाजूला हुंदडत होती. तर अशा परिस्थितीत "काय केयूर, झाली का तयारी ?" असा पुकारा करीत बाळक्याची एंट्री!

"कसली भावजी? कुठं सकाळचा सिनेमाचा शो की नाटकाचा प्रयोग?" सिंधू टोस्ट परतवत विचारती झाली.

"ते विसरा आता वहिनी."

"मी कधीच विसरलेय ! तुमच्यापुरतं म्हणतेय मी ! मला सिनेमा पाहून युगं झाली-नाटकाची तर बातच सोडा! वर्षापूर्वी ह्यांच्या ऑफिमधल्या लोकांनी नाटाकाच्या नावाने जो हैदोस घातला तो पाहिला होता."

"हां. त्यावेळी केयूरने वढावकरना मिठी मारण्याऐवजी शिरीन भरूचा नामक स्टेनोला मिठी मारली ते नाटक म्हणता होय?"

"बाळक्या! तुला कितीदा सांगितलं, त्यावेळी माझ्या डोळ्यावर चष्मा नव्हता म्हणून ती चूक घडली."

"केयूर, दे थापा लेका! चष्मा नसला म्हणून माणसाला उजवी बाजू डावी बाजू ओळखता येत नाही की काय? उजव्या बाजूला वळण्याऐवजी डाव्या बाजूला-"

"तुम्हीच बघा भावजी!" सिंधूनं टोस्टचे दोन तुकडे बाळक्यापुढं ठेवले व माझ्याकडे चहाचा कप सरकावला.

संभाषणाला लागलेले अनिष्ट वळण मला रुचलं नाही. मी गाडी मूळ मुद्यावर आणण्यासाठी म्हटलं,

"तर बाळक्या- तू त्या तयारीचं काय म्हणत होतास?"

"अमेरिकेला जायची तयारी झाली की नाही?" बाळक्यानं दुष्टपणानं टोस्टचा तुकडा चघळीत विचारलं.

"अमेरिका म्हणजे काय, तू नालासोपारा समजलास की भाईंदर?"

"नालासोपारा को मारो गोली! अमेरिकेला मी अमेरिका समजतोय.

म्हणून विचारतो. बॅगा भरायला सुरुवात केलीस ना?''

"भावजी, कोण अमेरिकेला जातंय?''

"तुमचे मिस्टर आणि त्यांच्याबरोबर आम्ही!''

"अगंबाई! आणि हे कधी बोललेसुद्धा नाहीत मला! पण मला कसं लगेच जमणार? आई येणार आहे ना राहायला!'' सिंधू उद्गारली.

"तूर्त केयूरच येणार आहे आमच्याबरोबर! बायकांची ट्रीप नंतर काढू.'' बाळक्या धूर्तपणे म्हणाला.

"आता तुम्ही सगळे पुरुषच जाणार आहात?''

"अं- खरं म्हणजे-'' मी गडबडीनं म्हणालो. ती कोण मेघमाला न एफ. सगुणा यांचं प्रकरण आताच सिंधूला कशाला सांगा?'' "बाळक्या सगळी तयारी झालीय पण एक छोटीशी अडचण आहे.''

"कोणती?''

"फक्त बारा हजार रुपये कमी पडतात!''

"अरे, पण, सारी ट्रीपच बारा हजारांची.''

"तेच ते! तेवढे मला कमी पडतात! थोडक्यात ट्रीपसाठी माझ्याजवळ एक दमडासुद्धा नाही!''

बाळक्या अंमळ विचारात पडला.

मी म्हणालो, "मला नवल वाटतं ते एका गोष्टीचं ! हा वाशा महाजन बारा हजार कुठनं उभे करणार? त्याला लॉटरीबिटरी फुटली की काय?''

"त्याचं काय आहे केयूर, एकोणीस लोक जमले की विसाव्या माणसाला ट्रीप फुकटात पडते. मी ऑर्गनायझर असल्यानं साहजिकच मोफत ट्रीपचा मान माझ्याकडे जातो. पण मी मोठ्या उदार अंत:करणानं वाशा कवड्याला या मोफत स्कीममध्ये सामील करुन घेतलंय.''

"ते कसं काय?''

"मी सहा हजार भरीन. निम्मं कन्सेशन घेईन. वाशा सहा हजार भरणार निम्मं कन्सेशन घेणार. तेवढाच दोघांवरचा भार हलका.''

"आय सी! कन्सेशनचा थोडा प्रसाद आम्हाला नाही का मिळणार?''

"डॅम ईट! दहा लोक वेटिंग लिस्टवरती आहेत. म्हणजे कन्सेशन

मिळविण्यासाठी! तर मग तुझा काय बेत? तुझ्यावर माझ्या खूप आशा आहेत.''

''हे एवढं म्हणताहेत तर जा ना तुम्हीसुद्धा अमेरिकेला!'' सिंधू पतिव्रतेच्या थाटात बोलली.

''अगं पण बारा हजार?''

''करा काही तरी! भावजी, ह्यांचं नाव घाला बरं का यादीत.''

''थँक्स अ लॉट वैनी! या मुद्यावर आणखी एक कप चहा हवा बुवा आपल्याला!''

आणखी एक चहाचा कप घेऊन बाळक्या चालता झाला. तो गेल्यावर मी सिंधूला विचारलं, ''तुझा काका वगैरे आफ्रिकेला आहे की काय?''

''माझे काका आहेत उगार खुर्दच्या साखर कारखान्यात.''

''मग आफ्रिकेत तुझा काका नसतानासुद्धा बारा हजाराची हमी कशी काय घेतलीस?''

''मी सांगेन रजनीला. तिला नवरा चांगला श्रीमंत आहे. नाही तर आणखी काही तरी करीन. तुम्हाला नको काळजी! सात आठ हजारांची सोय करीन. चार पाच हजार तुम्ही जमवा.''

तो विषय तेवढ्यावर राहिला.

पुढच्या आठवड्यात बाळक्यानं एका हॉटेलात अमेरिका जाऊ इच्छिणाऱ्यांची एक बैठक बोलावली. मी अर्ध्या दिवसाची रजा काढून बैठकीला हजर राहिलो. बैठकीला सर्व मिळून बारा लोक हजर होते. उपस्थित मंडळीत मेघमाला आणि नृत्यचंद्रिका एफ. सगुणा होत्या ही त्यातल्या त्यात समाधानाची गोष्ट.

बाळक्यानं बारा कटलेटस् आणि बारा चहाची ऑर्डर दिल्यावर मी चौकशी केली. ''बाळक्या.''

''धोपेश्वरकर म्हण.'' बाळक्यानं मेघमालेकडे व एफ. सगुणाकडे पहात सुचवलं.

''आय मीन धोपेश्वरकर-वीस लोक येणार असं तू म्हणालास ना?''

''मिस मेघमाला-तुमची मैत्रीण चंचलवाला येणार होत्या ना?''

''त्याचं काय झालं मिस्टर धूतपापेश्वरकर...''

"धोपेश्वरकर म्हणा.''

"तेच ते. तर ती म्हणाली, एवढ्या लांबचा प्रवास झेपणार नाही!'' मेघमाला मान वेळावून म्हणाली.

"का नाही झेपणार? सगळा प्रवास तर विमानानं.''

"आता कसं सांगू तुम्हाला मिस्टर धूतपापेश्वरकर.''

"धोपेश्वरकर.''

"तेच ते. तर तिला दिवस गेलेत.''

"पण मागं तुम्ही बोलला नाहीत?''

"मागं तिला दिवस गेले नव्हते म्हणून नाही बोलले.''

"आय सी ! आणि मिस एफ. सगुणा-तुमची बहीण येणार होती ना?''

"तिचं काय झालं? तिला कुठं तरी चेंज हवा होता. अमेरिकेला जायचं की खंडाळ्याला हा प्रश्न तिला पडला! शेवटी तिनं खंडाळ्याला जायचं ठरवलं!''

"चांगलं केलं!'' बाळक्या छद्मीपणानं म्हणाला.

चहा पिऊन झाल्यावर बाळक्याच्या पाकिटातील सिगरेट ओढीत बोडके नामक गृहस्थ बोलता झाला,

"माझं काही खरं नाही.''

"म्हणजे काय?'' बाळक्यानं सिगरेटचं पाकीट खिशात घालत प्रश्न केला.

"पैशाचं जमत नाही.''

"किती पैसे जमवलेत?''

"फारच थोडे.''

"तरी पण?''

"सहाशे रुपये जमलेत! बायको म्हणाली, जास्तीत जास्त दीडशे रुपये ती देऊ शकेल.''

बाळक्यानं काही न बोलता यादीतून बोडक्याचं नाव कटाप केलं!

"अरेच्चा!'' इतका वेळ एफ. सगुणाच्या 'लो कट' ब्लाऊजकडे एकटक लावून बसलेला करमरकर नामक बाळक्याचा मित्र खिंकाळला.

“काय झालं?”

“कमाल आहे”

“पण झालं काय?”

“सरप्रायझिंग ! वंडरफुल !”

“हे बघा करमरकर, तुमची सर्व केवलप्रयोगी अव्ययं वापरून झाली की मला सांगा”

“मला आपलं वाटलं धोपेश्वरकरची ही एक जोक आहे!”

“जोक?”

“म्हंजे तुम्ही खरंच अमेरिकेला चालला की काय? कमाल आहे! वंडरफुल ! टू मच!!”

तात्पर्य, करमरकरही गळाला !

बैठक बरखास्त झाल्यावर मी बाळक्याला चिंतेच्या सुरात विचारलं, “काय रे-सगळे मिळून दहाच लोक उरले की! त्यात तू आणि वाशा अर्ध्या खर्चाचे! वीस लोक जमतील ना?”

“डोण्ट वरी! केयूर, मी अजून अनेक लोकांपाशी बोललोसुद्धा नाही! मी पी. आर. ओ. आहे. जनतासंपर्क ए वन! आपल्याबरोबर मेघमाला न एफ. सगुणा येणार आहे हे मी नुसतं सांगितलं ना तर इंटरव्ह्यू घेऊन सिलेक्शन करायची पाळी येईल. आहेस कुठं?”

“मग मी माझे बारा हजार उभे करायचे ना?”

“गो अहेड, बारा हजार म्हणजे मोजून बारा हजार नको! अरे, खरेदी आहे. वरकड खर्च आहे.”

“बापरे! अंदाजे किती रक्कम?”

“पंधरा पुरेत! ओ. के?”

मी घरी येऊन सिंधूला बैठकीचा वृतांत सांगितला. अर्थात काही तपशील सोयीस्करपणे वगळून!

“आज मी रजनीकडे गेले होते.”

“मग?”

“भावोजींनी तुम्हाला भेटायला सांगितलंय. काम होईल असं वाटतं!”

एकंदरीत मी हळूहळू अमेरिकामय होऊ लागलो. माळ्यावरुन मी अमेरिकेच्या इतिहासावरचं पुस्तक काढलं. वाचनालयातून जुनी अमेरिकन मासिकं आणली. कॅलिफोर्निया, शिकॅगो, न्यूयॉर्क, वॉशिंग्टन, टेक्सास वा! काय नावं आहेत गावांची! नाही पण शेणोली, ताकारी, बिचूद, वाठार-! हॅ! जन्मास येऊन अमेरिका पाहावी असं कुणी तरी कुठं तरी म्हटलंच आहे! पहिली अट मी पूर्ण केली होती. अमेरिका तेवढी पहायची पाहिली होती. महिन्याभरात ठेवू प्रस्थान अमेरिकेकडे! बारा हजार म्हणजे फार नव्हेत! मनगटात जोपर्यंत जोर आहे वगैरे वीरश्रीयुक्त स्वगत पुटपुटत मी झोपी गेलो.

"साडू" या संस्थेवर माझं तसं विशेष प्रेम नाही. त्यामुळे रजनीचे मिस्टर व्यंकटराव (त्यांच्यावर राग असण्याचं आणखी एक कारण हे त्यांचं भयंकर नाव!) यांच्या वाटेला मी फारसा जात नाही. पण मनात म्हटलं अडला हरी...! आपलं काम आहे. तेव्हा भेटावं!

दुसऱ्या दिवशी संध्याकाळी व्यंकटरावांना भेटलो. एखाद्या ग्रामीण सिनेमातल्या पाटलाप्रमाणं आपल्या मिशांवरून पालथा हात फिरवीत व्यंकटराव एक प्रचंड ग्रंथ वाचत बसले होते. मला पाहताच त्यांनी पुस्तक बाजूला ठेवलं. कारण नसताना मिशांची टोकं बोटाच्या चिमटीत धरून वळवली. आणि खास, मुद्दाम राखून ठेवलेल्या छद्मी आवाजात विचारलं, "काय नानासाहेब, स्टेटस्ला चाललाय म्हणे!"

"हो अमेरिकेला-"

"छा छा छा- अमेरिकेला नाही म्हणायचं ! स्टेटस् ! लाह्या नाही म्हणायचं- पॉपकॉर्न ! कधी शिकणार तुम्ही हे सारं?"

"त्याचसाठी तर अमेरिके-आय मीन स्टेटस्ला चाललोय."

"पैसे फार झालेत वाटतं? ठेवायला जागा नाही? बाथरूम वगैरे? नट्या ठेवतात बाथरूममध्ये पैसा!"

"व्यंकटराव-"

"असे रागावू नका, वीस दिवसांत पंधरा एक हजार रुपये खर्चायला निघालात म्हणून विचारलं !"

"हे पहा व्यंकटराव, सिंधू म्हणाली म्हणून मी तुमच्याकडे आलो!

सिंधूची काही तरी चुकीची समजूत झालेली दिसते.''

"नाही, त्यांची समजूत बरोबर आहे! मी तुम्हाला आठदहा हजार देणारसुद्धा आहे पण सहज आठवण देतो. तुमचं बँकेचे जुनं कर्ज, फ्लॅटचे हप्ते, फ्रीज तुम्ही इन्स्टॉलमेंटवर आणलात- आठवतंय ना?''

"हो.'' मी गुरगुरत उत्तरलो. पैसे द्यायचे त्यांनी मान्य केलं होतं तेव्हा त्या बदल्यात ते म्हणतील ते ऐकणं भाग होतं.

"ठीक आहे. आठवते का नाही एवढंच विचारून घेतलं. म्हणजे माझे पैसे देणं आहेत हेही विसरणार नाही तुम्ही-काय?''

व्यंकटरावांची व माझी शिखर परिषद आटोपली आणि मी चडफडत घराकडे परतलो. सिंधूला फैलावर घ्यावं, साडूच्या तोंडी मला का दिलंस म्हणून जाब विचारावा असं मी ठरवत होतो. घरी आलो तर बरीच मंडळी घरात हजर.

"काय केयूरपंत!''

"नुसतंच केयूर म्हणा.''

"ओ. के. तर काय केयूर साठे, अमेरिकेला निघालात म्हणे.''

"स्टेटसला ! तुम्हाला कसं कळलं?''

"आमच्या हिला तुमची ही म्हणाली. माझं एक छोटंसं काम आहे.''

"बोला.''

"मागं हिच्या आतेभावानं अमेरिकेहून मिक्सर पाठवला होता. त्याचं ब्लेड इथं मिळत नाही. तुम्ही जाताच आहात तर येताना अर्धा डझन ब्लेड''

"किती पैसे पडतील?''

"लागतील तेवढे द्या. आल्यावर देऊ– काय? अहो वैनी, मिस्टर एवढे अमेरिकेला चाललेयत– आम्हाला चहा वगैरे आहे की नाही?''

तर गृहस्थ मिक्सरचं मोडकं ब्लेड माझ्या हातात कोंबून किचनमध्ये चालता झाला.

"हाय ! केयूर साठे'' एक बॉबकट केलेली लठ्ठ बाई हात वर उंचावून बोट हलवीत म्हणाली.

"काय म्हणालात?'' मी गडबडलोच.

''हाय. स्टेटसला चाललात ना? तर डिस्नेलँड बघायला विसरू नका. डोण्ट मिस ईट.''

''आम्ही जाणार आहोत तिथं''

''पाचसहा दिवस मुक्कामच करा तिथं! मी मागं ब्युटी कोर्स करायला गेले होते ना, तेव्हा आठ दिवस राहिले होते. अहो, एक दिवस रहाणं परवडत नाही तिथं. इतका खर्च येतो.''

''तरीसुद्धा मी पाचसहा दिवस राहीन! डोण्ट वरी!'' मी तिला किचनकडे पिटाळली.

तेवढ्यात आमच्या ओळखीच्या सौ. परांजपे येऊन टपकल्या.

''किती दिवसांनी निघणार आहात?''

''आहेत तीन आठवडे''

''मग लिंबं आणायला हरकत नाही?''

''लिंबं?''

''हो. कोहाळेसुद्धा घेते तीनचार! खा म्हणावं; वाटेल तेवढं लोणचं आणि सांडगे!''

''पण हे कुणाला म्हणायचं हे नाही ध्यानात आलं?''

''अय्या, सारंच मुसळ केरात! आमची तारा नाही का त्या बफेलो की काय म्हणतात तिथं ! काय मेली नावं तरी! तुम्ही जाताच आहात अमेरिकेला तर अमेरिकेतल्या लोकांना सांगा. नावं चांगली ठेवा ! बफेलो काय केंटुकी काय!''

''बरं सांगतो. एवढंच ना?''

''ते सोडा हो! तारेसाठी दोन बरण्या लोणचं आणि सांडगे पाठवणार आहे मी तुमच्याबरोबर.''

''पण ती तुमची बफेलो-आपलं ते गाव बफेलो आहे कुठं?''

''झालं! हे तुम्ही मला विचारा! अमेरिकेला कोण चाललंय? तुम्ही की मी? सांडगे कसे करायचे विचारा, सांगते! एक कोहाळा घ्यायचा. मग तो फोडायचा. मग पीठ, पापडखार, मिरचीची पूड...''

''तुम्हाला लिंबं आणि कोहाळे आणायचे आहेत ना! मग चला वेळ

दवडू नका.''

दिवसभर हे सुरू होतं. सिंधू म्हणजे आकाशवाणीचं एक उपकेंद्रच. माझ्या अमेरिकेच्या भावी दौऱ्याची तिनं इतकी जाहिरात केली होती की माझा न्हावी विचारायला लागला, ''साहेब, अमेरिकन कट ठेवू की हिप्पी कट?'' एकदा तर चक्क लाँड्रीवाला मुद्दाम घरी येऊन विचारू लागला, ''विलायतेत जाताय-थोडक्यासाठी गरम कपडे कशाला शिवून घेता? मी देईन लाँड्रीमधले तीन-चार सुटस! वापस आल्यावर घेऊन जाईन! भाडं काही नको-पण जमलं तर एखादं छोटं वॉशिंग मशीन घेऊन या माझ्यासाठी ! क्याश वापस आल्यावर बरं का साहेब-''

ऑफिसमध्ये रामस्वामी, बंदुकवाला या मंडळीनं वेगळाच बूट काढला. बॉसच्या अध्यक्षतेखाली अनौपचारिक निरोप समारंभ!

रामस्वामीला मी म्हटलं, ''हे बघ, अजून निघायला वेळ आहे. जायच्या आदले दिवशी मीच तुम्हा लोकांना पार्टी देऊन तुम्हा सर्वांचा निरोप घेईन.''

''ती तर पार्टी पाहिजेच आहे. पण आपला बॉस चाललाय महिन्याच्या रजेवर म्हणून तो असताना सेंड ऑफ सेरिमनी आटपून घेऊ! साला आमच्या सारख्यांच्या नशिबात अमेरिका आहे कुठं? टाईम मॅगझिन वाचायचं-हॉलिवूडचे सिनेमे पहायचे-तेवढ्यात जी काय अमेरिका दिसते तेवढीच. तुझं कौतुक करायला नको? तू आमचा एक कलीग.''

निरोप समारंभाला सिंधूला आमंत्रण होतं. माझ्याबरोबर तीही येणार आहे, असा आमच्या बॉसचा समज झाला असावा! मी काही बोललो नाही त्यांना. मात्र समारंभात जी भाषणं झाली ती ऐकून मी अमेरिकेला चांगला पाच-सहा वर्षांसाठी जातोय् असा खुद्द माझा ग्रह झाला. भाषण करताना बंदुकवालाचा कंठ दाटून आला आणि ते ऐकून मी अमेरिकेहून सुखरुप परतण्याची शक्यता कमी आहे असा सिंधूचा ग्रह झाला आणि तीही पदर नाकातोंडाला लावून स्फुंदू लागली. परिणाम एवढाच झाला की सहकुटंब सहपरिवार कोल्हापूरला जाऊन अंबाबाईचा आशीर्वाद घेऊन यावं लागलं. प्रवासातली दगदग, खर्च काही विचारू नका! पण सिंधूचा आग्रह. थोडक्यासाठी

तिचं मन का मोडा? ग्रेड ए हॉटेलमध्ये मित्रांना खाऊपिऊ घातल्यावर पानपट्ट्या द्यायला खळबळ का म्हणून?

एवढ्या साऱ्या गडबडीत बाळक्या धोपेश्वरकरला भेटायचं राहूनच गेलं होतं. तिकिटाची वगैरे चौकशी करावी म्हणून त्याला फोन केला.

''काय बाळक्या, सगळी तयारी झाली ना?''

''कसली तयारी?''

''कसली म्हणजे काय? फ्लाईट किती वाजता आहे? रात्री दीड वाजता?''

''फ्लाईट? कसली फ्लाईट?''

''एअर इंडिया. बॉम्बे टू न्यूयॉर्क.''

''व्हॉट नॉन्सेन्स ! तुला निरोप मिळाला नाही की काय? मी तुला फोन केला होता. तू कोल्हापूरला गेला होतास त्या वेळी.''

''पण निरोप कोणता?''

''अरे, अमेरिका ट्रीप कॅन्सल झाली! ती एफ. सगुणा तिनं एका मुसलमान स्मगलरशी लग्न केलं. ती गेलीसुद्धा स्वित्झर्लंडला हनिमूनसाठी.''

''जाईना का! आपल्याला थोडंच जायचंय तिच्याबरोबर हनिमूनला?''

''केयूर, तू म्हणजे अगदी हा आहेस बुवा! ती नाही म्हणून मेघमाला नाही. म्हणून मी- आय मीन-आणखी बरेच लोक गळाले! राहिले तू आणि तो वाशा महाजन.''

''बाळक्या, तू अगदी पाजी, महामूर्ख, तीन फुल्या, चार फुल्या इतकंच नव्हे तर पाच फुल्यासुद्धा आहेत! मी पैसेसुद्धा गोळा करून ठेवले.''

''खरंच? केयूर, एक काम कर, माझा धाकटा भाऊ वर्कशॉप उघडतोय, त्याला पैशाची गरज आहे. तू पंधरा हजार गोळा केले असशील ते मला दे. दोन वर्षांनी परत देईन. विथ इंटरेस्ट. आपल्या भारताचा आर्थिक विकास—''

पण बाळक्याची आर्थिक विकासाची नवी योजना मी संपूर्ण ऐकू शकलो नाही. मी फोन कधीच डिसकनेक्ट केला होता.

दुसऱ्या दिवशी पहाटे मी, सिंधू व मुलं रत्नागिरीला प्रयाण केलं.

रत्नागिरीच्या आमच्या वाड्यातले लोक तूर्त लिंबाच्या लोणच्यावर आणि कोहळ्याच्या सांडग्यावर ताव मारत असतात. आणि मी 'हाय' कसं म्हणावं आणि समोरच्या माणसाला सहजपणे कळणार नाही असं नाजूक इंग्रजी कसं बोलावं याची प्रॅक्टीस करतो.

- १० -

कथा एका औषधाची

हिमांशुनं घड्याळात पाहिलं. नऊ वाजायला दहा मिनिटं कमी होती.

शेजारच्या दुकानदारानं त्याला विचारलं, ''काय डॉक्टरसाहेब, आज लवकर दवाखाना उघडलात?''

''हो ना- दवाखान्याची वेळ बदलूया म्हणतो. नऊ ते बारा! ही वेळ जास्त सोयीची नाही वाटत तुम्हाला? साडेनऊ ते साडेबारापेक्षा?''

दुकानदारानं नुसते खांदे उडवले. ''त्यामुळे फारसा काय फरक पडणार आहे म्हणा!'' असं त्याला सुचावायचं असावं!

हिमांशुनं समोर पडलेल्या मेडिकल जर्नल्सवरून दृष्टी फिरवली. एक जर्नल उघडून डोळ्यांसमोर धरलं. कॅन्सरवर परिणामकारक उपाय शोधून काढणाऱ्या एका डॉक्टरचा परिचय-एका स्त्रीच्या पोटांत कोबीच्या गड्ड्याएवढा ट्यूमर निघाला, त्या शस्त्रक्रियेची सचित्र माहिती- संततिनियमनासाठी पुरुषांनी पोटांत घ्यावयाच्या गोळ्यांचा तपशील...

अजून नऊला दोन मिनिटं कमी होती. वेळ जाता जात नव्हता.

बाकावर सदाशिव जांभया देत वर्तमानपत्र वाचत होता. इंग्रजी वर्तमानपत्र तो अथपासून इतिपर्यंत वाचायचा. तरी साडेबारा वाजले नाहीत म्हणजे तो मग शेवटच्या पानावरली कोडी सोडवत बसायचा. कंपौंडर असूनही स्मार्ट असलेला सदाशिव जवळ जवळ हिमांशुच्या वयाचा होता.

त्यादिवशी मिस नखाते हिमांशुला म्हणालीसुद्धा "हा कंपाऊंडर? मला वाटलं- तुमचा एखादा डॉक्टर मित्र असेल!"

ते ऐकून आपल्या मनात नेहमी येणारा विचार तिला बोलून दाखवावा असं हिमांशूला वाटलं होतं. दादर मार्केटमध्ये आडदांड शरीराचा, भरघोस मिशा असलेला एक माणूस दहा दहा पैशांचा मिरचीचा ढीग विकत असलेला त्याला दिसला होता.

त्यानंतर जेव्हा-जेव्हा तो मार्केटमध्ये जाई तेव्हा तेव्हा त्या माणसाला लांबून पाहून येई. हिंदी सिनेमात खलनायक म्हणून सहज खपून जाईल अशा त्या माणसाकडून मिरच्या विकत घ्याव्यात असं त्याला कधीच वाटलं नाही. हा सदाशिव त्या मिरचीविक्या दांडगेश्वरासारखा आहे. तल्लख डोक्याचा पण पुड्या बांधून देणारा. "सकाळी एक घ्यायची, दुपारी जेवल्यानंतर एक आणि तिसरी रात्री. मिक्श्चर न्यायला बाटली आणलीय का?...दोन रुपये बिल झालं. उद्या दवाखाना बंद आहे, दोन दिवसांचं औषध घेऊन जा-" बस्स! सकाळ संध्याकाळ पेशंटशी ही भाषा. उरलेला वेळ वर्तमानपत्राचं वाचन, कोडी सोडवणं आणि भरपूर जांभया.

●

काल रात्री नऊ वाजता दवाखाना बंद करतांना हिमांशुनं त्याला विचारलं होतं, "सदाशिव, उद्या किती वाजता येशील?"

"सव्वानऊला. तुम्ही येण्यापूर्वी पंधरा मिनिटं-"

"उद्या साडेआठला ये."

"का? उद्या पेशंटसची गर्दी होणार आहे?" सदाशिवनं सहज विचारल्यासारखं केलं खरं, पण त्याच्या आवाजांत छद्मीपणा आहे असा हिमांशूला संशय आला.

"ते तुला काय करायचं आहे?" त्यानं तिरसटपणे म्हटलं होतं

आणि तो दवाखान्याबाहेर पडला होता. नोकर वर्गानं उलट उत्तर दिलं की त्याचे वडील आवाज चढवून विचारायचे, “बैल दूध देतो असं मालकानं म्हटलं की ‘किती शेर?’ म्हणून नोकरानं विचारायचं असतं!” सदाशिवला तसं खडसावून सांगावं असं त्याला वाटत होतं. पण तो गप्प राहिला. पुन्हा तशी वेळ आली म्हणजे आबांचं ते आवडतं वाक्य म्हणायला हरकत नव्हती.

दवाखान्यासमोर गाडी थांबल्याचा आवाज आला आणि हिमांशु भानावर आला.

मिस नखाते गाडीतून उतरत होती. उंच, देखणी, अपऱ्या नाकाची. तिनं केस पाठीवर मोकळेच सोडले होते. पांढऱ्या शुभ्र साडीचा घोळ आवरीत ती पायऱ्या चढून वर आली.

“गुड मॉर्निंग डॉक्टर!”

“ओ, गुड मॉर्निंग, मिस नखाते! हाऊ आर यू नाऊ?”

“काही फारसा फरक नाही हो!” नखाते म्हणाली. तिचा चेहरा नेहमीप्रमाणे म्लान दिसत होता. एखादं टपोरं फूल कोमेजून जावं तसा!

ती आत आली. सशाच्या आकाराची पर्स टेबलावर फेकून खुर्चीवर बसली. चार पायऱ्या चढल्याकारणानं तिला दम लागल्यासारखं होत होतं.

“अजून डिप्रेशन कायम?”

“हो! अगदी काही इंप्रूव्हमेंट नाही! पहाटे जाग येते. मग सकाळपर्यंत डोळा लागत नाही! दुपारी झोपले तर भलभलती स्वप्नं पडतात. मग आणखीनच उदासवाणं वाटतं!”

हिमांशूनं हे तिच्याकडून आतापर्यंत चारदा ऐकलं होतं. पण पुन्हा सगळं तिच्याकडून ऐकून घेण्यात वेगळीच मजा होती. त्या निमितानं ती आणखी थोडा वेळ दवाखान्यात थांबली असती. आपल्या अस्तित्त्वानं तिनं दवाखान्यातलं ते कुंद, औषधी वातावरण सुगंधी करून टाकलं असतं. दरवळणाऱ्या उदबत्तीप्रमाणे तिचं ते सुवासिक अस्तित्व. हवंहवंसं वाटणारं, धुंद करून सोडणारं.

“काय दिसत स्वप्नांत? ” जणू प्रथमच हा प्रश्न केल्यासारखा त्यानं

उत्साह दाखवला.

“काही तरी अर्थहीन. वेडंवाकडं. मी पळते आणि एक प्रचंड सावली माझा पाठलाग करते. पळता पळता मी अडखळते. खाली कोसळते. ती सावली माझ्या अंगावर पसरते. बापरे! दचकून मला जाग येते. सर्वांग घामानं भिजून जातं अगदी!”

“ओ आय सी!”

“कधी जंगलांत मी वाट चुकते. झाडाला टेकून मी हताश उभी राहते, फांदी हातांत धरून आणि त्या फांदीचा एकाएकी अंगाभोवती विळखा-” हातातल्या चिमुकल्या रुमालानं तिनं कपाळावरचा घाम पुसला. हिमांशुनं तत्परतेनं तिला पाणी दिलं. पाणी पिता पिता नखातेनं वर पाहिलं. “हा फॅन गरगरतोय ना? वाटतं- एकदम तो खाली कोसळणार! अंगावर पडणार आणि तरी एकसारखा फिरत राहणार!”

हिमांशु काही बोलणार तोच ती पुढे म्हणाली, “डॉक्टर, मला झुरळ मुळीच आवडत नाही!”

“आय सी! बऱ्याच लोकांना झुरळं आवडत नाहीत! आमच्या मांजराला मात्र झुरळं खूप आवडतात!”

“डॉक्टर, विषय बदलू नका! तर काय सांगत होते- मला झुरळ आवडत नाही. मागे तर मी झुरळ दिसलं की चप्पल घेऊन ते चिरडून टाकायची! आता नाही धीर होत!”

“असं ? का बरं?”

“कारण- मला वाटतं, मीच ते झुरळ आहे! मीच मला कशी मारणार, सांगा पाहू?”

“हो ना!” हिमांशूनं हसू दाबीत म्हटलं, “ते तर सर्वस्वी अशक्य!”

“आज सकाळी माझ्या हातून कप फुटला.”

“मग त्यात काय झालं? कप हा फुटण्यासाठीच असतो.”

“पण माझा मूड गेला. तुमच्याकडे यायचं होतं म्हणून मी आनंदात होते. कप फुटला आणि वाटलं, आपल्या हातून मोठाच गुन्हा घडला. जणू जगातलं सगळं काचेचं समान कुणी तरी टोपलीत घालून माझ्या डोक्यावर

ठेवलं आणि मी ती टोपलीच धाड्दिशी जमिनीवर टाकली! उदास, विषण्ण वाटलं! तुम्ही दिलेल्या त्या गोळ्यांचा काहीही उपयोग नाही डॉक्टर! सॉरी बरं का- स्पष्ट बोलल्याबद्दल, पण असं बोललं तर तुम्हाला राग येईल हे सुद्धा चटकन लक्षात येत नाही माझ्या! इतकी मी डिप्रेस्ड मूडमध्ये आहे!''

हिमांशुनं दार लावून घेतलं. तिला म्हटलं, ''तुम्ही या टेबलावर पडा.''

''नको डॉक्टर, वैताग आला मला नेहमीच्या या रुटीनचा! तुम्ही नेहमीसारखं तपासणार, गोळ्या देणार- त्या तुमच्या कंपाऊंडरला कसलं तरी मिक्श्चर बनवायला सांगणार! मला ती स्वप्नं पडतच राहणार! या दुष्ट चक्रातून सुटण्याचा मार्ग आहे का?''

हिमांशुनं क्षणभर विचार केला. बंद केलेलं दार त्यानं उघडलं आणि म्हटलं, ''मी कोर्स जरा बदलून पहातो. या गोळ्या अन् ते मिक्श्चर बंद करून नवीन औषधाचा कोर्स सुरू करतो!''

''काहीही करा- काहीच जमलं नाही तर विष द्या मला!''

हिमांशुला वाटलं, चटकन पुढे व्हावं आणि तिच्या ओठावर हात ठेवून तिची इवलिशी नाजूक जिवणी बंद करा! पण, ''छे,छे, काय हे बोलता?'' असं हळूच म्हणण्याव्यतिरिक्त त्याला काहीच करणं शक्य नव्हतं.

''मिस नखाते, तुम्ही असं करा- घरी जा. तासाभरात मी कॅप्सुल्स पाठवून देतो या सदाशिवकडून. मला खात्री आहे या नव्या कॅप्सुल्समुळे तुमच्यात फरक पडेल! ओ. के.?''

●

मिस नखातेची कार दिसेनाशी झाली तशी हिमांशुनं लागलीच फोन उचलला.

''हॅलो शेखर-''

''हॅलो- हेमू का? काय नवीन बातमी बाबा? दवाखान्यांत पेशंटस्ची गर्दीबिर्दी व्हायला लागली काय?''

''छोड दो यार! दोन दोन रुपयांची उधारी ठेवणारे पेशंटस् पाहिजेत कुणाला? मी निवडक पेशंटस् जवळ करतो!''

''कोण बाबा सापडला तुला निवडक पेशंट? त्या दुर्दैवी माणसाचं

नाव कळू द्या.''

''चेष्टा राहू दे! एका श्रीमंत बापाची एकुलती एक मुलगी. हिंदी सिनेमांत असते तशी. नर्व्हस ब्रेकडाऊन! डिप्रेशन आलंयं तिला! मेंटल टेन्शन! श्रीमंतांचा श्रीमंती रोग! या प्रकरणी मदत हवी-''

''मी सायको अॅन्यालिस्ट आहे अशी कल्पना असेल तर ती चुकीची आहे असं मी नम्रपणे तुझ्या नजरेस आणू इच्छितो.''

''थँक्स ! माझा गैरसमज दूर केल्याबद्दल ! हे बघ शेखर-तुझ्या फार्मास्युटिकल कंपनीनं नवीन कॅप्सुल तयार केल्यात ना? मागे तू सांगत होतास!''

''अजून बाजारात आलेल्या नाहीत. पण प्रॉडक्ट उत्तम आहे! टेक ईट फ्रॉर्म मी.''

''गुड ! पाहिलं सँपल मलाच दे! नाव काय कॅप्सुलचं?''

''हार्टीना ! हार्ट बळकट व्हावं म्हणून ! दुसरी चेस्टॉल- फॉर्म्युला जवळ जवळ हार्टीनासारखा- पण ही पिल्स नर्व्हस पेशंटसाठी आहेत. नर्व्हसनेस जावा म्हणून!''

''डोंट वरी! मिस नखातेंना असल्याच कॅप्सुल्सची गरज आहे! काय इनग्रेडियंटस आहेत?''

''फावरडॉस, फेनीटॉईन, अॅस्टॉरमॉयसिन! उत्साह देणारी, डिप्रेशन नाहीसं करणारी सर्व केमिकल्स आहेत.''

''मला वाटलंच ! नो हार्म ! मी सदाशिवला पाठवून देतो. दोन्ही कॅप्सुल्सची सँपल त्याच्याकडे दे! गुण आला तर-''

''काय देशील?''

''बिलांतला फिफ्टी टक्के शेअर!''

हिमांशुनं फोन खाली ठेवला आणि सुटकेचा निःश्वास सोडला. स्वतःला झुरळ समजणारी, जगातल्या यच्चयावत काचसामानाचा भुगा करणारी ही बाई कशी वठणीवर येत नाही तेच पहातो!

●

इन्शुअरन्स स्कीमचे दोन तीन पेशंटस बाहेरच्या बाकड्यावर बसून होते. मेडिकल सर्टिफिकेट हवी असतील! दांड्या मारायच्या आणि डॉक्टरकडून

सर्टिफिकेटं मागायची!

पण आज डॉक्टर हिमांशु कुणालाही कसलंही सर्टिफिकेट द्यायला एका पायावर तयार होता. ''घ्या- लेको रजा आणि करा मजा! आमच्या तीर्थरूपांचं काय जातंय!''

हिमांशुचे यानंतरचे काही दिवस फार अस्वस्थतेत गेले. मिस नखातेला त्यानं एक दिवसाआड प्रकृति दाखवायला दवाखान्यांत यायला बजावलं होतं. सकाळी आपण उशिरा दवाखान्यांत पोचूं या काळजीनं त्याला रात्रभर झोप लागत नसे. कुठे एखादं झुरळ पाहिलं तर त्याला तिची आठवण होई. एकदा तर स्वयंपाकघरांत ग्लास फुटल्याचा आवाज झाला, तेव्हा तो कमालीचा दचकला आणि धावत स्वयंपाकघरात गेला. मिस नखातेऐवजी मोलकरणीला पाहून तो वरमला आणि मुकाट्यानं पुन्हा बाहेर आला. मिस नखाते ज्या दिवशी दवाखान्यांत यायची तो दिवस वजा करून उरलेल्या दिवशी दवाखाना बंद ठेवायचंही त्याच्या मनात आलं होतं. केवळ सदाशिव ओठ मुडपून आपलं ते दुष्ट स्मित करीत असल्यानं हिमांशुला आपला बेत रद्द करावा लागला.

●

एक दिवस मिस नखाते आली ती मोठ्या खुशीतच.

''डॉक्टर, आज मला अगदी फ्रेश वाटतंय! फार बरं वाटतंय- हलकंफुलकं वाटतंय! आता मी स्वत: कार चालवून इथे आले ना तर मला वाटलं, मी पिसासारखी उडत आले.''

''व्हेरी गुड!'' हिमांशु उद्गारला. ''मी दिलेल्या त्या कॅप्सुल्सचा परिणाम झालेला दिसतोय!''

ती आपल्याच नादात होती. ''डॉक्टर, काल एक गंमत झाली!''

''कसली बुवा?'' हिमांशुनं उत्सुकतेनं विचारलं.

''पप्पांनी फॉरेनहून आणलेला मिक्सर माझ्या हातातून धाड्दिशी जमिनीवर पडला! अगदी चक्काचूर! प्रेमभंगामुळे एखाद्याच्या हृदयात शेकडो ठिकऱ्या उडाव्यात तसे मिक्सरचे शेकडो तुकडे!''

''याला तुम्ही गंमत म्हणतां?''

''मग काय तर? एवढं झालं ना, तरी मला काही सुद्धा वाटलं

नाही! मागे मी काचेचा एक कप फोडला की डोक्याला हात लावून बसायची! काय ते दिवस!''

''हल्ली झुरळांशी तुमचे संबंध कसे काय आहेत?''

''कट्टर शत्रुत्व ! अगदी जर्मन आणि ज्यू! झुरळ दिसलं की मुडदा!''

''स्वत: झुरळ आहोत असं नाही ना वाटत?''

''डॉक्टर, ती बातच सोडा! आता मी पार बदललेय! सुरवंटाचं फुलपाखरू व्हावं ना? तसं झालंय माझं! आणि क्रेडिट गोज टू यू! तुमचे कसे आभार मानू! काय वाट्टेल ते मागा- मी देईन!''

''काय वाट्टेल ते मागू?'' हिमांशुचा आवाज कापत होता. त्याच्या पायांना सूक्ष्म कंप फुटला. छाती एकाएकी धडधडू लागली.

''हो- वाट्टेल ते!''

एक दीर्घ श्वास घेऊन हिमांशु म्हणाला, ''तूर्त तुम्ही या कॅप्सुल्स चालू ठेवा- एक दिवसाआड प्रकृति दाखवा. सध्या हेच मागणं, पुढे वेळ आली की पाहू.'' आपण सूचक की काय म्हणतात तसलं काही बोललो नाही याच चिंतेनं हिमांशु व्याकुळ झाला!

●

त्या दिवशी संध्याकाळी शेखर त्याच्या दवाखान्यात टपकला तेव्हा हिमांशुनं त्याला सकाळचा वृत्तांत तपशीलवार सांगितला. तो ऐकून शेखर मोठमोठ्यानं हसू लागला.

''तुला खिंकाळायला काय झालं?'' हिमांशुनं रागानं विचारलं.

''तू म्हणजे अगदी त्या डायोजिनिसचा अवतार आहेस!''

''हा कोण डायोजिनिस? कुठल्या औषधाचा शोध लावला त्यानं?''

''घ्या! म्हणजे डायोजिनिस म्हणजे कोण हेही तुला ठाऊक नाही ना? अरे, डायोजिनिस हा अलेक्झांडरचा गुरु होता. एकदा अलेक्झांडरनं त्याला सांगितलं. ''तुला काय हवं ते माग! माझं राज्य सुद्धा माग- मी ते तुला देईन!'' डायोजिनिस शांतपणे त्याला म्हणाला, तू जरा बाजूला हो. कारण तू मधेच उभा राहिला आहेस त्यामुळे गुहेंत पुरेसा प्रकाश पडेनासा झाला आहे!''

हिमांशु गंभीरपणे म्हणाला, “गोष्ट छान आहे, पण तिचा इथे संबंध काय?”

“महाराज, त्या श्रीमंताच्या पोरीनं तुला म्हटलं, काय वाट्टेल ते मागा- आणि तू तिला म्हणतोस, “तुम्ही आणखी थोडे दिवस कॅप्सुल्स घ्याव्यात हेच माझं मागणं आहे!” वा रे वा ! तू म्हणजे अगदी वैताग आहेस!”

“बडबड बंद कर! मी काय मागायला हवं होतं ते मला माहीत आहे रे! पण पण-”

“पण काय? दातखीळ बसली की एकाएकी वाचा गेली? व्ही. शांतारामच्या ‘पिंजरा’ तल्या त्या नायिकेप्रमाणे?”

हिमांशुनं शेखरच्या खांद्यावर हात ठेवले. “खरं सांगू शेखर? धीर झाला नाही! शब्दच उमटले नाहीत तोंडातून! कशी सुरुवात करावी- कोणत्या शब्दात सांगावं! हं! अगदी इंपॉसिबल झालं बुवा!”

“मग? पुढे काय?”

“हळूहळू धीर येईल. म्हणून मी थोडा वेळ मागून घेतलाय! तूर्त कॅप्सुल्स सुरू आहेत. एक दिवसाआड ती माझ्याकडे येत राहील. एक दिवस सगळं बळ एकवटून-”

“फार दिवस लावू नकोस रे बाबा! आता ती भलत्याच मूडमध्ये आहे! तिला आता हात लावू धजेल त्याचं सोनं होईल! काय?” मग कसली तरी आठवण झाल्यासारखं करून शेखर म्हणाला, “हे बघ हिमांशु, आमच्या कंपनीनं माझ्या नव्या पिल्स मार्केटमध्ये टाकायचं ठरवलंय, करेजव्हिटा! एक दिवस चार चार तासांच्या अंतरानं घेऊन टाक, मग असा उत्साह संचारेल तुझ्या अंगात की बस! करतोस प्रयत्न? हे घे फिजिशिअन्स सँपल- नॉट टू बी सोल्ड औट! शेंदाड शिपायाला परमवीरचक्र मिळवून देतील या पिल्स!”

शेखरनं पॅक केलेली छोटी बाटली टेबलावर ठेवली नि तो जाता जाता म्हणाला, “बेस्ट ऑफ लक! आता जोडीनंच ये घरी पाया पडायला.”

“कुणाच्या?”

"अर्थातच माझ्या!"

●

मिस नखाते चार पाच वेळा दवाखान्यांत येऊन गेली. पण करेजव्हिटा घेऊन तिला सामोरे जाण्याचा धीर हिमांशुला होईना! नखाते यायची. अर्धा पाऊण तास बडबडायची. तिच्या अंगात आता प्रचंड आत्मविश्वास संचारला होता! झुरळच काय, पण समोर एखादा वाघ आला असता तरी तिनं त्याच्याशी चार हात केले असते याबाबत हिमांशुला शंका नव्हती.

"डॉक्टर, मी एकटीच बडबडतेय! तुम्ही बोला ना! काही तरी सांगा! काहीच नाही तर काही तरी मागा!" ती म्हणायची. तसं तिनं म्हटलं की एकाएकी हींव भरल्यागत हिमांशु कापायला लागायचा! ती गेली की मनात ठरवी- ते काही नाही! शेखरच्या प्रिस्क्रिप्शनचा प्रयोग करावा स्वत:वर आणि सरळ तिला सांगावं "हे बघा मिस नखाते, माझं तुमच्यावर प्रेम आहे! मी तुमच्याशी लग्न करणार आहे! काय? तुमचं काय म्हणणं आहे? चला तर शेखरच्या घरी- त्यानं पाया पडायला बोलावलं आहे."

त्या दिवशी सदाशिव रजेवर होता म्हणून हिमांशुला लवकर येऊन दवाखाना उघडावा लागला. पेशंटसची गर्दी नेहमीप्रमाणे फारशी नव्हती. पण येणाऱ्या तुरळक पेशंटसना पुड्या बांधून द्यायच्या न मिक्श्चर तयार करायचं या कामामुळे तो पार वैतागला. सदाशिव तीन-चार दिवस येणार नव्हता. त्यात पुन्हा उद्या मिस नखाते येण्याचा दिवस.

बस्स! आज त्या 'करेजव्हिटा' गोळ्या घ्यायच्या-उद्या ती नखाते येऊ दे तर खरी.

एका इन्शुअरन्सवाल्या पेशंटला फ्लूवरचं औषध देऊन तो हात धुऊन टेबलापाशी आला, पण 'करेजव्हिटा' टॅब्लेटसची बाटली जाग्यावर नव्हती.

गेली कुठे बाटली? चुकून आपण दुसरीकडे ठवेली? की पडून फुटली आणि नोकरानं केर काढताना ती बाहेर टाकून दिली? हिमांशु काही ठराविक औषधं घरी कपाटांत ठेवायचा. कुणी शेजारपाजारी रात्रीबेरात्री यायचा- चुकून ती बाटली आपण घरी तर नाही ना नेली? बहुधा घरीच नेली असावी आपण-

तो घरी आला पण बाटली तिथेही नव्हती. जाऊ दे! त्यात काय मोठंसं! शेखरकडून आणखी एक 'फिजिशिअन्स सॅंपल-नॉट टू बी सोल्ड' मागवून घेऊ! लेकाचा चेष्टा करील! करु दे! एक बाटली पुरी पडली नाही म्हणून सांगू! असते एखाद्याची कॉन्स्टिट्यूशन ! उद्या नखातेशी नेहमीची बातचीत करु आणि पुढच्या खेपेस एकदम मागणी!

"मिस नखाते, माझं तुमच्यावर प्रेम आहे!"

●

दुसरे दिवशी नेहमीची वेळ टळून गेली तरी नखातेचा पत्ता नाही! हिमांशु तिची वाट पहात होता. दहा वाजायचा भोंगा झाला आणि तिची निळी कार डौलदार वळण घेऊन त्याच्या दवाखान्यासमोर थांबली.

हिमांशुचा स्वत:च्या डोळ्यांवर विश्वासच बसेना. मिस नखातेच्या शेजारी सदाशिव बसला होता.

दोघंही जोडीनं पायऱ्या उतरून वर आली.

मिस नखातेचा उत्साह हिमांशुच्या दवाखान्यात मावत नव्हता. आज तिनं विशेष थाटमाट केला होता. पांढरा शुभ्र सॅटीनचा गरारा- केसांत तिरपं खोवलेलं सफेद फूल, लोंबणारी कर्णफुलं, कपाळावर शुभ्र टिळा-हातांत पांढऱ्या बांगड्या.

"डॉक्टर, गिव्ह अस युवर ब्लेसिंग्ज! आम्हाला तुमच्या शुभेच्छा हव्यात!"

"साहेब, आशीर्वाद द्या." सदाशिव स्मित करून म्हणाला. तो ताठ मानेनं उभा होता. जरा उर्मटच वाटला तो हिमांशुला.

"याचा अर्थ काय समजायचा मी?" हिमांशुच्या नकळत त्याचा आवाज चढला होता.

"डॉक्टर- मी आणि सदाशिवनं-" आणि मिस नखाते झकास लाजली.

"सदाशिवशी- म्हणजे या कंपऊंडरशी लग्न करणार तुम्ही मिस नखाते?" छद्मीपणा हिमांशुच्या आवाजात ओतप्रोत भरला होता!

"त्यात काय झालं? होतील डॉक्टर सावकाश! फॉरिनलासुद्धा जातील! ते तरुण आहेत. डॅशिंग आहेत. धाडसी, स्मार्ट वगैरे सर्व काही आहेत."

"हा सदाशिव डॅशिंग, धाडसी, स्मार्ट? हा: हा: हा:" हिमांशुला हसू आवरेना.

सदाशिवनं मंद स्मित केलं. तो पुढे झुकला. हिमांशुच्या कानाजवळ तोंड आणून हळूच उद्‌गारला,

"ही सारी शेखरसाहेबांनी दिलेल्या त्या, "करेजव्हिटा' टॅब्लेटस्‌ची करामत! साहेब, काळजी नका करू. तुमची बाटली मी रिप्लेस करीन! चल ग शरयू. सॉरी डॉक्टर, आम्ही जरा गडबडीत आहोत." आणि पुन्हा मिस नखाते लाजून लालीलाल झाली.

◈◈◈

- ११ -

गायतोंड्याचं ट्रेडसिक्रेट

जन्मापासून, इतकंच नव्हे तर जन्माच्या आधीपासून, माझा स्वभाव भिडस्त आहे. डॉक्टरनी माझ्या जन्माची जी तारीख दिली होती त्यानंतर कितीतरी दिवसांनी मी जन्माला आलो असं घरातली वडीलधारी मंडळी आजही सांगतात. मला त्याबद्दल संशय नाही. या माझ्या स्वभावामुळे माझं अपरिमित नुकसान झालं आहे. पण ते किती ते सांगायला संकोच वाटतो. जेवताना मी भाजी आणखी हवी असेल तर मागून घ्यायचा नाही आणि भाजी वाईट झाली तरी भिडेनं खायचा. आमटीत मीठ नसलं तरी मी ती मुकाट्यानं ओरपीत असे. साखर नसलेला चहा मी गोड मानून घेत असे. तोंड वाईट करणंही माझ्या स्वभावात बसत नसे. आत्मक्लेश परवडले, पण ते मीठ न् ती साखर मागून घेणं नको-! शाळेत कुणी कानाखाली आवाज काढला तरी भिडेमुळे मी सारं सोसत असे. जिवावर बेतलं तरी पुन्हा हात उगारायचं माझ्या जिवावर येई. कॉलेजमध्ये असताना एका मुलीवर प्रेम बसलं. डिग्री मिळाल्यावर कॉलेज सुटलं तरी तिच्यावरचं प्रेम उठलं नाही.

तीर्थरुपांनी निवडून काढलेल्या मुलीबरोबर मुकाट्यानं बोहोल्यावर उभा राहिलो. प्रेम व्यक्त करणं संकोचामुळे शक्य झालं नाही. त्यासंबंधी काही वडिलांच्या कानावर घालणं तर बापजन्मी शक्य झालं नसतं मला!

संकोची स्वभावामुळे हरघडी अनेक अडचणींच्या प्रसंगांना तोंड द्यावं लागतं. आधीच अडचणीत सापडत असलो तर गाळात अधिकच रुतून बसतो. अडचण आणखीनच तीव्र होते. बायको कातावते, वैतागते. पण माझ्या सहवासामुळे तिला वाण नाही- पण गुण आला आहे. परिणामी घटस्फोट मागायला तिलाही संकोच वाटतो. म्हणून आजपर्यंत आमचा संसार टिकून राहिला आहे इतकंच.

एकेकाचं नशीब इतकं चमत्कारिक की त्याला जे काम जमणार नाही तेच त्याच्या माथी बसतं. स्वभावाशी जुळेल असं काम सगळ्यांच्या वाट्याला येतं थोडंच? माझ्या गळ्यात अनेक कामं घातली जातात आणि संकोचानं मला नाही म्हणवत नाही.

आमच्या चाळीतले गोपाळराव जमदाडे वारले. महान पुराण-संशोधक होते. ते म्हणजे इतिहासाच्या मागं पौराणिक काळात जाणारे. ''रावणानं सीतेला पळवून नेली तेव्हा सीतेनं कोणते अलंकार घातले होते?'' यांवर त्यांनी दोन वर्षे सतत संशोधन केलं. अखेरीस ''हीच राघवा हीच पैंजणे'' हे भावगीत प्रसिद्ध झाल्यावर सीतेच्या अंगावरील दागिन्यांचा जमदाडेंना शोध लागला. 'दुःशासनानं द्रौपदीला भर सभेत फरफटत आणली तेव्हा द्रौपदी रजस्वला होती काय?'' हे शोधून काढायला त्यांना चार वर्षे लागली. अनेक 'गायनाकॉलॉजिस्ट' ना ते भेटले-महाभारताचे संबंधित खंड ते कोळून प्यायले आणि शेवटी 'द्रौपदी नुकतीच न्हायली होती' असा निष्कर्ष काढून झाल्यावर त्यांनी त्या विषयावर सात लेखांक लिहिले. तर अशा प्रकारच्या संशोधनात सदैव निमग्न असणारे जमदाडे वारले तेव्हा त्यांच्या स्मृतीप्रित्यर्थ एक ग्रंथ काढावा अशी सूचना चाळीतील सार्वजनिक कार्यकर्ते श्री. खरंगटे यांनी शोकसभेत मांडली. सर्वांनी फूल ना फुलाची पाकळी म्हणून काही ना काही देणगी जाहीर केली. पुस्तक प्रसिद्ध झाल्यावर प्रत्येक चाळकऱ्याने निदान पाच प्रती विकत घ्याव्या व दहा प्रती खपवाव्यात असा ठराव पास

झाला.

वर्षभरात 'जमदाडे स्मृतिग्रंथ' प्रसिद्ध झाला. दीडशे पानांच्या ग्रंथाची किंमत पंचवीस रुपये होती. मी सव्वाशे रुपये देऊन पाच पुस्तकं घेतली आणि दहा पुस्तकं कशी खपवावीत या विचारानं हैराण झालो. तत्पूर्वी पुस्तकंच काय, कोणतीही गोष्ट मी खपवली नव्हती. मुलगी लहान असल्यामुळे लग्नाच्या बाजारात उतरलो नव्हतो. त्यामुळे हे पुस्तक खपवण्याचं काम मला कितपत जमेल याची मलाच शंका होती.

एका रविवारी कुलदेवतेचं स्मरण करून मी 'जमदाडे स्मृतिग्रंथ' खपवण्याच्या मोहिमेवर निघालो.

आमचे फॅमिली डॉक्टर घैसास, डॉक्टर असूनही रसिक होते, साहित्याची आवड असणाऱ्यांपैकी होते. तेव्हा प्रथम मोहरा तिकडे वळवला. रविवार असल्यामुळे त्यांची डिस्पेन्सरी बंद होती. ते घरीच होते. मला पाहताच त्यांनी आकर्ण हास्य केलं.

''यावं—यावं—! बिल द्यायला मुद्दाम रविवारी घरी यायची गरज नव्हती!''

मी जरा गडबडलोच. डॉक्टरांची काही बाकी असेल असं मला मुळीच वाटत नव्हतं. मी एक तारखेला न चुकता सगळी बिलं देऊन टाकी. तरीपण संकोचानं तसं काही स्पष्ट न म्हणता मी मोघम म्हटलं—''बिल वगैरे द्यायचं असेल तर रविवारी कोण येतो हो? आणि शिवाय तसली कामं आमच्या गृहमंत्री करतात! त्यांच्याकडे आम्ही अर्थ खातेही सोपवलेलं आहे.''

''मग का बरं येणं केलंत?'' त्यांनी भलीमोठी जांभई देत म्हटलं. त्यांनी जबडा एवढा रुंदावला होता की दात अचूक मोजून घ्यावेत!

''हे एक पुस्तक आणलंय तुमच्यासाठी.''

''पुस्तक? कसलं? छे छे—कशाला एवढी तसदी घेतलीत?'' माझ्या हातातून पुस्तक घेऊन ते चाळत डॉक्टर मजकूर उद्गारले, ''चला. रविवारचा दुपारचा वेळ चांगला जाईल.''

''किंमत फक्त पंचवीस रुपये.''

''असं का? वा! चांगली आहे की!''

“काय चांगली? किंमत?”

“म्हणजे आजकाल कागदाची एवढी टंचाई. छपाई महागडी. त्या मानानं किंमत माफक आहे—”

“चला. बरं झालं!” मी सुटकेचा निःश्वास सोडून म्हटलं. “मला भीती होती तुम्हाला किंमत अंमळ जादा वाटेल म्हणून!”

“छे छे! भीती कसली?” ते पुस्तक वाचण्यात अगदी गढून गेले होते.

मी धीर करून निर्वाणीचा प्रश्न टाकला—“पैसे कॅश देता की चेकनं देता?”

“पैसे? कसले पैसे?” डॉक्टर बसल्या जागी उडालेच. पेशंटनं एक गोळीऐवजी दहा गोळ्या एकदम घेतल्याचं ऐकून जसे उडतील तसे.

‘पुस्तकाचे पंचवीस रुपये हो—”

“आ हा, मला वाटलं...” माझ्या हातात पुस्तक कोंबून डॉक्टर विरक्तपणे म्हणाले, “हल्ली डॉक्टरांची परिस्थिती किती बिघडलीय हे तुम्हाला ठाऊकच आहे! एका गल्लीत दहा दहा डॉक्टर...! बरं, चार पैसे मिळवले तर इन्कमटॅक्स डिपार्टमेंटचा ससेमिरा मागे!”

“हो ना— हल्ली इन्कमटॅक्सचे लोक तुम्हा डॉक्टर, वकिलांच्या मागं हात धुऊन लागलेय खरे!” मी त्यांच्या विधानाला पुष्टी देत म्हटलं.

“अहो—ते विमायोजनेचे कामगार असतात म्हणून महिन्याला कसंबसं भागतं—”

“म्हणजे ती एमप्लॉईज इन्शुअरन्स स्कीम होय? त्या स्कीमची फार कटकट असते म्हणे! म्हणजे तुमच्या डिस्पेन्सरीत खूप गर्दी असते ती या कामगारांचीच का?”

“तर हो! एका कामगारामागं तीन महिन्याला पंधरा रुपये मिळतात! कमीत कमी खर्च भागतो! नाहीतर उपाशी मरायची पाळी!”

‘मला संशय होताच डॉक्टर, तुम्हाला पंचवीस रुपयांचं पुस्तक परवडेल की नाही याचा! पण म्हटलं एकदा चान्स घ्यावा.” मी पुस्तक पिशवीत घालीत म्हटलं आणि डॉक्टरांच्या एअरकण्डिशण्ड बेडरूमकडे,

गॅरेजमध्ये ठेवलेल्या कारकडे पहात तिथून काढता पाय घेतला.

तिथून मी सरळ आमच्या दूरच्या एका नातेवाईकाकडे गेलो. हा नातेवाईक मोठा व्यापारी होता. लक्षावधी रुपये त्यानं कमावले होते. मी त्याच्याकडे कोणत्याही कारणासाठी आजवर गेलो नव्हतो. पुस्तकं खपविताना जी काही पुण्याई माझ्या नावावर जमा आहे ती पणाला लावयाची असा मी निश्चय केला होता. म्हणून कधी नव्हे तो त्यांच्याकडे गेलो.

''वा वा वा, केयूर, अलभ्य लाभ! आज सूर्य कुणीकडे उगवला?'' दादासाहेबांनी स्वागत तर उत्तम केलं.

''तुम्ही काय मोठी माणसं. आज भेटलात हे नशीब!'' मी हसत म्हणलं.

''हे मात्र खरं बरं का! अरे, एकसारखा बिझी असतो मी! सकाळी आठला घराबाहेर पडलो की रात्री अकरा काय बारा काय- काही विचारू नकोस! मिटींग्ज, कॉन्फरन्सीस-ऑफिसचं काम-डिपार्टमेंटस, स्टोअर्समध्ये जावं लागतं! जो बिझी असतो तो बिझीनेसमन-काय?''

''हो ना! काम करून दमलात म्हणजे शीण घालवायला पुस्तकाचं वाचन फार छान! नाही का?'' मी प्रास्ताविक सुरू केलं.

''वा केयूर. शीण घालवायला पुस्तक? तू व्हिस्की नामक पदार्थाचं नाव ऐकलंस का कधी? आणि स्कॉटलंड देशाचं नाव? हो, तर स्कॉच व्हिस्कीचे चार पेग घेतले ना की सगळा शीण गायब!''

''माझा एक मित्र व्हिस्की पिताना पुस्तकं वाचतो.-''

''मारो गोली तुझ्या त्या मित्राला किंवा त्या पुस्तकांना! मला वर्तमानमात्र वाचायला फुरसत नाही मिळत! निक्सननं राजीनामा दिल्यावर चार दिवसांनी मी 'वॉटरगेट' म्हणजे काय याची चौकशी करू लागलो!''

''म्हणजे एकंदरीत तुम्हाला पुस्तकं वाचायला बिलकुल वेळ मिळत नाही तर!'' मी निराश होऊन म्हटलं.

''छे रे! कसला वेळ? सध्या तर मी रोटरी क्लबचा प्रेसिडेंट आहे ना? बाय द वे आमच्या क्लबनं त्या हेमामालिनीचा डान्स ठेवलाय क्लबच्या मदतीसाठी! पन्नास रुपये तिकीट आहे-! तुला परवडेल का? की सर्वात

कमी वीस रुपयांचं...''

"छे छे! पन्नास रुपयांचं चालेल की!''

"आणि एकटा नको येऊनस! हेमामालिनीसारख्या ड्रीमगर्लच्या डान्सला एकटा यायचं नसतं! बायकोला घेऊन ये! बरं, चहा घेतोस? मी जरा घाईत आहे! मी जातो. अब्दुल चहा आणून देईल! बरं, शंभर रुपयाची कॅशच दे! चेक नको! उगाच इन्कमटॅक्सची भानगड व्हायची ! ओ. के.?''

सारांश, चहा न घेता, पुस्तक न खपवता, हेमामालिनीच्या डान्स प्रोग्रॅमची दोन तिकिटं घेऊन मी दादासाहेबांचा बंगला सोडला.

अखेरचा एक डेस्परेट प्रयत्न करावा असं ठरवून मी एका पुस्तकाच्या दुकानाकडे मोर्चा वळवला. मी ऑफिसला जातेवेळी रोज हे दुकान मला दिसायचं. मुलांची पुस्तकं मी नेहमी या दुकानातून खरेदी करत असे. नाही म्हटलं तरी वर्षाकाठी माझ्याकडून मालकाला शंभरदीडशे नगद नफा मिळत असेल! जमल्यास दाहीच्या दाही पुस्तकं खपवण्याच्या कटकटीतून आजच्या आज मोकळं व्हायचं असं मी मनाशी ठरवलं.

दुकानात फारशी गर्दी नव्हती. दुकानदारानं माझं तोंड भरून स्वागत केलं.

"या साहेब! काय, बेबीसाठी पुस्तकं न्यायला आलात?''

"मुलीसाठी पुस्तकं ना? मागंच घेतली-''

"ते काय मला ठाऊक नाही की काय? बेबीसाठी आता गाईडं आली आहेत-मार्गदर्शिका, दीपिका, शॉर्ट कट टू सक्सेस- किती पाहिजेत, बोला? बाबासाठीसुद्धा देतो-टू एक्सपिरियन्सड प्रोफेसर्स-डोंगरे आणि टेकाडे-दहा पर्सेंट डिस्काऊंड-ए बावडेकर, साहेबांसाठी पुस्तकं काढ बघू- रागावू नका पण मी विसरलो-''

"काय ते?''

"बेबी कुठल्या वर्गात? बाबा कुठल्या स्टँडर्डमध्ये?''

एकंदरीत त्याचं विक्री कौशल्य पाहून मी चक्रावलो होतोच. पण स्वत:ला मी सावरलं. मूळ मुद्द्याकडे वळून म्हटलं–"मालक, आज एका वेगळ्या कारणासाठी आलोय–''

"बोला. बावडेकर, साहेबांना चहा सांग-"

"तुम्हाला गोपाळराव जमदाडेंचं नाव ऐकून ठाऊक असेल?"

"गोपाळराव जमदाडे ? छे!"

"अहो सुप्रसिद्ध पुराणसंशोधक!"

"बरं—त्याचं काय?"

"ते वारले!"

"अरेरे वाईट झालं! बावडेकर, ते 'शोकसंदेश मार्गदर्शिका' काढ किंमत तीन रुपये- सर्व प्रकारचे शोकसंदेश आहेत! इतिहाससंशोधक वारल्यावर पाठवायचा संदेश आहे. इतिहासाच्या जागी पुराण लिहा आणि अफजलखानाच्या जागी शिशुपाल, शिवाजीच्या जागी श्रीकृष्ण! बावडेकर, चांगलीशी कॉपी काढ- नीट गुंडाळून दे."

"ते जाऊन वर्ष झालं-आता शोकसंदेश कसला पाठवायचा?"

"तरीपण पुस्तक असलेलं वाईट नाही घरात! अहो उखाणे व म्हणी, पालीची कारिका, पत्रव्यवहार कसा करावा, मुलाखती कशा घ्याव्यात, लघुकथा कशा लिहाव्यात, शोकसंदेश ही पुस्तकं म्हणजे बेस्टसेलर्स! 'पालीची कारिका' बत्तिसावी आवृत्ती परवाच आली ! सुधारून वाढवलेली!"

"पालीच्या कारिकेत सुधारुन काय वाढवायचं?" मी फालतू प्रश्न केला.

"वा साहेब. अंगात मिनीस्कर्ट असताना पाल अंगावर पडली तर काय करावं-इलेफंट व पॅरेलल पँटी असल्या आणि पाल पडली तर कोणतं प्रायश्चित घ्यावं-बेलबॉटमच्या बेलवर पडली तर काय न बॉटमवर पडली तर काय– मॅडम घालतात की नाही साहेब, बेलबॉटम?"

"मॅडम? कोण मॅडम?"

"आपल्या मिसेस हो—"

आमच्या हिला मॅडम म्हणायचं म्हणजे एखाद्या नऊवारी पातळातल्या नथ न् बुगड्या घालणाऱ्या एखाद्या म्हातारीला 'मम्मी' म्हणण्यासारखंच!

"आमची मिसेस काय घालतेय बेलबॉटम? ती साडी सोडायला तयार नाही."

"मस्त विनोद साहेब! बावडेकर, साहेबांना फार्स बांधून दे-दिनूच्या सासूबाई राधाबाई-त्यात साडी सोडण्यावर असाच विनोद आहे!"

"हे पहा मालक, फार्स वगैरे नंतर पाहू-- किंवा विकत घेऊ—" वास्तविक त्यानं केलेल्या चावटपणाबद्दल त्याचा चांगलाच समाचार घेणार होतो--पण पुन्हा तो सुप्रसिद्ध भिडस्तपणा आडवा आला. "आज काम म्हणजे असं की जमदाडे स्मृतिग्रंथाच्या दहा प्रती तुम्ही विकत घेतल्या पाहिजेत. माझ्याकडून! आजपर्यंत गिऱ्हाईक मी व दुकानदार तुम्ही होता. आजच्यापुरत्या भूमिका वेगळ्या ! काय ?" एवढं बोलून होईपर्यंत घाम फुटला मला.

"हुश्श—काय गरम होतंय—बावडेकर—चहा कॅन्सल कर! साहेबांना थंड पाणी आण मडक्यातलं! तर साहेब, ही पुस्तकं घेऊन करू काय?"

"विकायची—"

"ही पुस्तकं घेणार कोण? काकोडकरांची कादंबरी, रहस्यकथा, स्मगलरच्या कथा असल्या तर गोष्ट वेगळी—! असल्या पुस्तकाचे वाचक दोन!"

"कोण हो?"

"स्वत: लेखक आणि दुसरा प्रुफरिडर! हा हा हा!"

मी न हसता म्हटलं—"ठीक आहे. तुम्ही असं करा—ही पुस्तकं ठेवून घ्या. खपली म्हणजे पैसे द्या—तुमचं कमिशन कापून—मग तर झालं?"

"कमिशन चाळीस टक्के..."

"चाळीस? बरं बुवा--चाळीस तर चाळीस--"

"पुस्तकं ठेवून घेतल्याबद्दल गोडाऊनचं भाडं—"

"अहो, दहा पुस्तकं ठेवायला गोडाऊन कशाला हवं?"

"दहा नाहीच ठेवून घेणार मी! फक्त पाच ठेवून घेईन. तुम्हालाही गोडाऊनचं भाडं कमी पडेल—"

"बरं--" मी घायकुतीला आलो होतो. कशालाही माझी मान्यता होती.

शेवटपर्यंत बावडेकरनं चहा आणलाच नाही. उलट 'शोकसंदेश', 'पालीची कारिका', कसली तरी गाईडस वगैरे पुस्तकांचा गठ्ठा हातात ठेवला. मी तो गठ्ठा घेऊन निघालो. तर बावडेकर विचारू लागला—"साहेब, पैसे?"

"मालक, जमदाडे स्मृतिग्रंथ ठेवलेयत तुमच्याकडे. खपल्यावर वळते करून घ्या—"

"कॅश पेमेंट—! माफ करा हं—स्पष्ट बोलतो—"

पैसे देऊन मी पुस्तकांचा गठ्ठा विकत घेतला. पाच पुस्तकं घरी परत आणली.

बायको विचारू लागली—"काय—किती खपली पुस्तकं?"

"पाच खपली—" मी कपडे उतरवताना सांगितलं.

"उगाच थापा देऊ नका! दाखवा पाहू पैसे!"

"अगं—खपली म्हणजे काय—खपायला ठेवली आहेत त्या कोपऱ्यावरच्या पुस्तकाच्या दुकानात!"

"तरीच म्हटलं, तुम्हाला कुठलं जमणार हे काम? तुम्ही म्हणजे मुलखाचे भिडस्त."

मी तिला सविस्तर वृत्तांत कथन केला. शेवटी म्हटलं "छे बुवा—पुस्तकं खपवणं हे एवढं बिकट काम असेल असं वाटलं नव्हतं! त्यापेक्षा पुस्तकं लिहिणं सोपं!"

शेजारच्या गायतोंड्यांना मात्र माझं म्हणणं पटलं नाही. त्यांच्या मते पुस्तकं खपवण्याइतकी सोपी गोष्ट कोणतीच नाही! त्यासाठी कौशल्य पाहिजे, प्रसंगावधान पाहिजे—!

"तुम्हाला खरं वाटत नाही ना केयूर साठे? माझ्याबरोबर चला—दोनच घरी नेतो. दहा पुस्तकं खपवून दाखवतो. दहा कमीच पडतील—"

"काय म्हणता काय? दोन घरात दहा पुस्तकं खपतील?"

"संध्याकाळी या माझ्याबरोबर--प्रत्यक्ष डोळ्यांनी पहा—म्हणजे विश्वास बसेल!"

गायतोंडेच्या बरोबर मी संध्याकाळी पुन्हा मोहिमेवर निघालो. समाधान

एवढंच होतं की माझी भूमिका आता बघ्याची होती. मुख्य सूत्रधार गायतोंडे.

"आता प्रथम आपण चिंचणीकर नामक माझ्या मित्राकडे जाऊ."

"कोण चिंचणीकर?"

"या गृहस्थानं पहिल्या बायकोला सोडून दुसरं लग्न केलंय—! लग्न केलंय की तसाच राहतो देव जाणे!"

आम्ही चिंचणीकरांच्या घरी पोचलो तेव्हा ते बाहेर निघाले होते. बरोबर त्यांची ती कोणशी होतीच.

"ये गायतोंडे—असा एकाएकी कसा काय?"

"हे बघ चिंचणीकर, मी तुझा फार वेळ घेणार नाही! तुझा खोळंबा नको आणि मलाही खूप कामं आहेत—हे माझे शेजारी, केयूर साठे."

"काम काय काढलंस?"

"पाकीट उघड आणि पंचवीस रुपये ठेव माझ्यापुढं! बस! मग कुठं जायचं असेल तिथं चालता हो! वैनी, आम्हाला चहा ठेवा लवकर-" बाप रे! हा गायतोंडे म्हणजे कहर आहे! एवढा आक्रमक पवित्रा आम्हाला बापजन्मी जमणार नाही!

"पण पंचवीस रुपये कशासाठी?"

"उसने नकोत आणि देणगी म्हणूनही नकोत! हे पुस्तक घे त्याबदली!"

"कसलं पुस्तक."

"कसलं का असेना! तुला थोडंच वाचायचं आहे? तुला भगवद्गीता न् कोकशास्त्र—दोन्ही सारखीच!"

"हे बघ गायतोंडे, मला बिलकुल वेळ नाही तुझं पुस्तक वाचायला." चिंचणीकर म्हणाले.

"असं? मग तिच्याशी बोलायला वेळ आहे? आं?" गायतोंडेनं किचनच्या बाजूला एक दृष्टिक्षेप टाकला. मी ते वाक्य ऐकून चमकलोच!

त्यांनी मुकाट्यानं पाकिटातून पंचवीस रुपये काढून गायतोंडेंच्या हातावर ठेवले!

चहा पिऊन आम्ही गिरगावकडे निघालो.

"गायतोंडे, आता कुठं?"

"आपण आता एका भाविणीकडे निघालोय!"

"भावीण ? यू मीन—"

"घाबरू नका! वय वर्षे पन्नास! आमच्या गावची आहे. मुंबईला येऊन ३० वर्षे झाली. कुठल्यातरी बड्या गुजराथी शेठशी आतापर्यंत ती अगदी एकनिष्ठ आहे. त्यानं तिला घर पाहून दिलंय. नोकरचाकर आहेत. आरामात रहाते."

दस्तुरखुद्द मोगरीनं दार उघडलं.

"तू कुठं रे इकडे? बस बाबा, बऱ्याच दिवसांनी आलास." गायतोंडेचं तिनं तोंड भरून स्वागत केलं.

"मोगरीबाय, कोणतंही काम निघालं म्हणजे तुझ्यापासून सुरुवात-"

"या खेपेला काय बाबा? तिकिटं की वर्गणी? तुला साऱ्या जगाच्या उठाठेवी-!" मोगरीबायच्या चेहऱ्यावरून कौतुक नुसतं ओसंडत होतं.

"मोगरीबाय-ही नऊ पुस्तकं घेऊन आलोय. तुझ्यासाठी! एक तुला बक्षीस माझ्यातर्फे-! उरलेली तू विकत घ्यायचीस-काय? कबूल ना?"

गायतोंडेनी पिशवीतून नऊ पुस्तकं बाहेर काढली. त्या मोठ्या ढिगाकडे पाहून मोगरीबाय चाचरत म्हणाली-"आता ही एवढी पुस्तकं वाचणार कधी मी रे? मला आता डोळ्यांनी नीट दिसत नाही! एक पुस्तक वाचता वाचता पुरेवाट, नऊ पुस्तकं कधी रे वाचून होणार?"

"सावकाश वाच. घेलाशेठच्या मुलांना दे-तुझा मुलगा आता कॉलेजात आहे ना? त्याला शहाणा कर! विद्वान व्हायचं म्हणजे पुस्तकं वाचलीच पाहिजेत होय की नाही?"

"होय रे होय! किती रुपये रे नऊ पुस्तकांचे?"

"एक पुस्तक माझ्यातर्फे तुला. उरलेली आठ दोनशे रुपयाला-! ही इथं ठेवून देतो-"

"ठेव. मिठाई खा थोडी. हे दोनशे नीट मोजून घे-मला मेलीला नीट दिसत नाही!"

सारांश, गायतोंडे व मी मिठाई चापून काही वेळानी बाहरे पडलो. मी गायतोंडेंना रस्त्यात चिंतातूर आवाजात विचारलं-"काय रे गायतोंडे,

एका पुस्तकाच्या नऊ प्रती आय मीन फसवणूक नाही का थोडीशी? म्हणजे तसं काही-''

''हे पहा साठे, तो घेलाशेठ लक्षाधीश झालाय हजारोंची फसवणूक करून! दुथडी वाहणाऱ्या नदीचा एखादा छोटासा ओहोळ आपल्याकडे वळला म्हणून फारसं बिघडलं नाही! डोण्ट वरी- अहो- उघडतो कोण ती पुस्तकं ? मोगरीबाय पुस्तकं वाचते थोडीच!''

गायतोंडेचं तत्त्वज्ञान ऐकून मी हतबुद्ध झालो. पण मनात म्हटलं- या गायतोंडेंना मानलं आपण! सहजासहजी दहा पुस्तकांचा फडशा! आपण पाच पुस्तकं मिनतवारीनं दुकानात ठेवलीयत (गोडाऊनच्या भाड्यासह!) आणि पाच पुस्तकं धूळ खात घरी पडणार यापुढं! लग्नात कुणाला आहेर म्हणून पुस्तकं द्यावं तर 'स्मृतिग्रंथ'! आमची सिंधू विरोध करायची असलं अभद्र पुस्तक मंगलप्रसंगी द्यायला!

''काय हो साठे, विचारातसे पडलात?'' गायतोंडे विचारू लागले.

''तसं काही नाही-''

''सांगा हो, भीड करू नका! आणखी पुस्तकं खपवायची आहेत?''

''अं हो-म्हणजे त्याचं काय झालं-'' मी गायतोंडेंना पुस्तक दुकानदाराचा आणि माझा जो करार झाला त्यासंबंधी सांगितलं.

''तो तानवडे बुकसेलर? हात्तिच्या! तुमच्याकडे आता किती पुस्तकं राहिलीयत?''

''मी खरेदी केलेली पाच आणि खपवायला घेतलेली पाच! उरलेली पाच तानवडे बुकसेलरकडे.''

''साठे, आज रविवार, बुधवारी संध्याकाळी ऑफिस सुटलं की घरी या- चहा प्या, शिरा-बिरा काय खायचा तो खा आणि सर्वच्या सर्व दहा पुस्तकं घेऊन तानवडेकडे जा-''

''प्लीज गायतोंडे, तुम्ही आलात तर बरं होईल! मला एकट्याला झेपणार नाही!''

'ओ. के.-मीही येईन-चहा-शिरा माझ्यासाठी तयार ठेवायला सांगा वैनींना!''

बुधवारी संध्याकाळी मी व गायतोंडे तानवडे बुकसेलरकडे गेलो. गायतोंडेनी दहा पुस्तकं आपल्या हातातल्या बॅगेत ठेवली होती. मला पाहून तानवडे हातातलं काम बाजूला ठेवून पुढं आले. ''या साहेब! बावडेकर, चहा सांग दोन कप-''

''त्या पाच पुस्तकांच्या गोडाऊनचं भाडं द्यायला आलोय.'' गायतोंडेनी पढवल्याप्रमाणं मी हे वाक्य उच्चारलं.

''काय साहेब, आमची चेष्टा करता! तुम्ही ते ठेवलेले स्मृतिग्रंथ खपले सुद्धा!''

''खपले? एवढ्यात?'' मी खरोखरी अचंब्यानं विचारलं.

''कुठल्यातरी शाळेत पुरवणी वाचन म्हणून मंजूर केलंय म्हणे ते पुस्तक! दोन तीन गिऱ्हाईकं परत गेली-''

''अरेच्चा-मला नाही का निरोप पाठवायचा?''

मी दहा पुस्तकं काढून तानवडेसमोर ठेवली.

''कमिशन चाळीस टक्के ना?''

''नो! कमिशन पंचवीस टक्के!'' गायतोंडे शांतपणे म्हणाले. ''चाळीस टक्के कमिशन द्यायला जमदाडे स्मृतिग्रंथ म्हणजे काय 'पालीची कारिका' आहे?''

''ठीक आहे—ठेवा ही दहा पुस्तकं.''

''कॅश पेमेंट-! माफ करा हं तानवडे स्पष्ट बोलतो–'' गायतोंडे उद्‌गारले ''मागच्या पाच पुस्तकांचे पैसे चाळीस टक्के कमिशन वजा करून! साठे जरा हिशेब करा-''

आज मात्र बावडेकर खरोखरीच चहा घेऊन आला. चहा घेऊन व रोख पैसे खिशात टाकून मी गायतोंडेच्यासह घरी परतलो.

''कमाल आहे बरं का गायतोंडे तुमची! काय शिताफीनं पुस्तकं खपवलीत! बोला-तुमच्यासाठी काय करू मी?''

गायतोंडे घरी गेले व येताना 'जमदाडे स्मृतिग्रंथा' च्या पाच प्रती घेऊन आले.

''या तुमच्या प्रती- तानवडेकडे ठेवलेल्या-! पैसे काढा या पाच

कॉपीजचे! काळजी नका करू. शेवटी सगळा व्यवहार तुमच्या फायद्याचा झालाय! तुमच्या दहा प्रती खपल्या आणि पाच प्रती स्वस्तात पडल्या! करा हिशेब!''

"पण तानवडेनं दहा प्रती इतक्या उत्सुकतेनं घेतल्या कशा? स्मृतिग्रंथाला एवढी डिमांड?''

गायतोंडे हसले आणि म्हणाले, ''ते आमचं ट्रेडसिक्रेट आहे! वैनी चहा टाका थोडा!''

- १२ -

कावळीच्या घशात बासुंदी

"केयूर, लग्न करायचं ठरवलंय,'' शांत्यानं गंभीरपणे जाहीर केलं.

"व्हेरीगुड. कधीतरी लग्न हे केलं पाहिजेच.'' मी आमटीच्या वाटीत कुठं डाळ दिसते काय, याचा शोध घेता घेता म्हणालो.

"कुणाशी म्हणून नाही विचारलंस?''

"म्हणजे काय? कुणाशी लग्न करायचं हेही तू ठरवलंस? मला वाटलं भारतातले नव्याण्णव टक्के लोक जो निर्णय घेतात तो तू घेतला आहेस! शिवाय तू आता अवध्य, सखाराम बाईंडर नाटकांप्रमाणं वयातही आला आहेस.''

"केयूर, मी वंटमुरीकर वकिलांच्या मुलीशी लग्न करणार आहे.''

"वाटलंच मला!'' मी चपातीच्या कडा मोडून ताटाखाली टाकीत उद्गारलो.

"कुठल्या मुलीशी ते नाही विचारलंस!'' शांत्या गंभीर झाला की अमुक का नाही विचारलंस, तमुकाची चौकशी का नाही केलीस? अशा

फालतू गोष्टी विचारीत असतो.

"कुठल्या म्हणजे काय? रजनीशी असेल!"

"नॉन्सेन्स! रजनीकडे मी त्या दृष्टीनं कधीच पाहिलेलं नाही! मी ताराशी लग्न करणार आहे!"

"काय, ताराशी?" मी आश्चर्यानं ओरडलोच. गोऱ्यांच्या खानावळीतल्या आमटीत डाळ सापडावी किंवा चपातीच्या कडा खरपूस भाजलेल्या असाव्यात तसं मला वाटलं.

"शांत्या, तू शुद्धीवर आहेस ना?"

"मी अगदी पूर्ण शुद्धीवर असून हे विधान नशापाणी न करता व अक्कल हुशारीनं करीत आहे. मी ताराशी लग्न करायचं ठरवलं आहे आणि जगातील कोणतीही शक्ती मला त्या गोष्टीपासून परावृत्त करू शकणार नाही!"

"तुझे ते फिल्मी डायलॉग्ज नकोत मला. आर यू रिअली सिरियस अबाऊट ईट?"

"आज मी जेवढा सिरियस आहे तेवढा मी सिरियस कधीच नव्हतो!"

"पण शांत्या, तारामध्ये तू पाहिलंस काय? तुझ्यापेक्षा ती दोन वर्षांनी मोठीच असेल वयानं-"

"तीन वर्षं पाच महिन्यांनी!"

"आणि तरीपण-"

"मला ठाऊक आहे ती काळी आहे. दिसायला चांगली नाही. अशक्त आहे—"

"तरी जाणुनबुजून तू-"

"तिच्यातलं मला काय आवडलं हे सांगणं कठीण आहे. तिच्यात कोणतंच वैशिष्ट्य नाही हेच तिचं वैशिष्ट्य आहे. आणि त्यामुळे ती मला आवडली." एका समीक्षकाने मित्राच्या कादंबरीविषयी वापरलेले ते शब्द ताराबद्दल वापरीत शांत्या म्हणाला.

"शांत्या, तुझ्या बोलण्याचा मला अर्थच कळत नाही!"

"मी काहीही दुर्बोध बोललो नाही. मला वंटमुरीकरांची तारा आवडली आणि मी तिच्याशी लग्न करायचं ठरवलंय! श्रीखंडाची वाटी घेतोस?"

"श्रीखंडको मारो गोली! तुझा हा निर्णय ताराला ठाऊक आहे?"

"मी सांगितलेला नाही. पण तिला थोडा फार तसा संशय आलाय, असा माझा तर्क आहे-"

"कशावरून?"

"या असल्या गोष्टी समजून घ्यायच्या असतात. शब्दांनी सांगता येत नाहीत."

"मग आता पुढं काय?"

"त्याचाच विचार करतोय."

मी जेवण कसंबसं संपवलं. शांत्यानं आतापर्यंत ताटाला हात लावला नव्हता. नुसतं ताक पिऊन तो उठला.

"का रे?"

"भूक नाही मला! का म्हणून नाही विचारलंस?"

"विचारायची गरज नाही म्हणून नाही विचारलं!"

यावर शांत्या मोकळेपणानं हसला.

मी मात्र अस्वस्थ झालो होतो. शांत्यानं जे काही सांगितलं ते ऐकून पुरता हादरलो होतो.

मसाला पान खाता खाता शांत्या म्हणाला-"केयूर, मला तुझी मदत हवी आहे."

"सांग—"

"ज्या दिवसापासून मला ताराविषयी जवळीक वाटू लागली त्या दिवसापासून त्यांच्याकडे मी फारसा जात नाही! का कुणास ठाऊक पण संकोच वाटतो. तिच्याविषयी ती भावना मनात रुजली, आणि हसू नकोस, तिच्या डोळ्याला डोळा देताना मला लाज वाटू लागली. हे असं सगळ्यांना होतं का ते मला ठाऊक नाही-पण मला नर्व्हस व्हायला होतं, एम्बॅरॅसिंग होतं."

मी कुतूहलानं विचारलं—"असं ! मग मी काय करावं अशी तुझी आज्ञा आहे?"

"तू तिला ओळखतोस, होय ना?"

"तुझ्यामुळे तिची ओळख झालीय तेवढीच!" "तर तिच्या मनात

माझ्याविषयी काय आहे हे काढून घ्यायचंस-नाजुकपणे, मग मला तिच्या विषयी काय वाटतं ते तिला सांग, तेवढं झालं की—''

"कळलं! मिया बिबी राजी, जगातील कोणतीही शक्ती तुमच्या मार्गात येणार नाही वगैरे!''

माझा बालमित्र शांत्या पहिल्यापासून विक्षिप्त. आम्हा चार मित्रांची नजर पूर्वेकडे असेल तर त्याची नेमकी दक्षिणेकडे. आम्ही शेवटच्या बाकावर बसणाऱ्यांपैकी. तो पहिल्या बाकावरचा स्कॉलर. दगड मारुन कैऱ्या पाडणे हा आमचा आवडता उद्योग. कैरी खाण्याची इच्छा झाली तर एक आणा खर्च करून कैरी आणणाऱ्यांपैकी आमचा शांत्या! वर्गातल्या मुलीशी बोलण्यासाठी आम्ही बाकीचे इतके धडपडायचो! पण कुणी मुलगी आपण होऊनच बोलायला आली की शांत्या जागच्या जागी थरथर कापायचा!

शांत्या बी. एस्. सी. होऊन खडकीच्या ॲम्युनिशन फॅक्टरीत वरच्या जागी चिकटला. मी एका बिझनेस फर्ममध्ये नोकरीला लागलो. बाकीचे मित्र आपापल्या मगदुराप्रमाणं नोकऱ्या करू लागले. माझ्या व शांत्याच्या स्वभावात जमीन- आसमानचं अंतर असून ही आमची मैत्री अभंग राहिली.

शांत्याचे आईवडील दूर खेडेगावात रहायचे. तो पुण्यातल्या थोरल्या बहिणीकडे राहून नोकरी करीत होता. वंटमुरीकरांची तारा, बहिणीच्या वयाची. तारा व शांत्याची बहिण हायस्कूलमध्ये एकत्र शिकल्या होत्या.

लग्न झाल्यावर बहिणीचा व वंटमुरीकर कुटुंबाचा संबंध सुटला, पण शांत्या अधून मधून त्यांच्या घरी जायचा. ताराची धाकटी बहीण रजनी दिसायला स्मार्ट. परंतु मी शांत्याचा तिच्या बाबतीतसुद्धा कधी संशय घेतला नाही. नाकासमोर पाहून चालणारा शांत्या तसलं काही करील अशी मला कधीच शंका आली नाही. बरं, शांत्याची मेहेरनजर रजनीकडे वळली तरी माझी हरकत नव्हती पण शांत्या भलतंच सांगत होता. मी ताराशी लग्न करणार-जगातली कोणतीही शक्ती वगैरे फिल्मी डायलॉग्ज, सिनेमा कधी न पाहणारा शांत्या बोलत होता.

दुसरे दिवशी मी शांत्याच्या बहिणीला भेटलो. "इंदूताई, एक चांगली

बातमी आहे.''

"हो? सांग बाबा-''

"शांत्या गेला का फॅक्टरीत ?''

"सकाळीच. पाचला येईल-''

"आज मी त्याच्याविषयी सांगणार आहे-''

"मग सांग ना-''

"तो लग्न करणार म्हणतो-''

"तो? तुला सांगितलं त्यानं? कसा आहे बघ. मी कधी विचारलं, त्यांनी विचारलं तर ताकास तूर लागू देत नाही-''

"आता वाईट बातमी ऐका-''

"म्हणजे काय?'' इंदूताई चमकली.

"त्याचं लग्न त्यानं आपणच ठरवलंय-''

"मग छान झालं की! त्यात वाईट काय?''

"कुणाशी म्हणून नाही विचारलं?'' मी शांत्याची भाषा वापरली.

"कुणाशी?''

"वंटमुरीकर वकिलांची सुकन्या-''

"रजनी ना! बरी आहे की-''

"ज्येष्ठ कन्या तारा-''

"केयूर, उगाच चेष्टा करू नकोस, दुसऱ्यांच्या मुलींची. बिचारीचं लग्न जमत नाही म्हणून-''

"ती आता बिचारी राहिलेली नाही इंदूताई. शांताराम तिच्याशीच लग्न करणार म्हणतो-''

इंदूताईंनी डोळे विस्फारले. काय बोलावं ते तिला सुचेना. "कोण म्हणालं तुला?''

"फ्रॉम हॉर्सीस माऊथ! स्वत: शांत्या काल गोऱ्याच्या खानावळीत मला तसं म्हणाला, आणि प्रत्यक्ष ब्रह्मदेव आडवा आला तरी तो-''

"थोरली बहीण जिवंत असताना ब्रह्मदेव कशाला आडवा येईल? कसा तो ताराशी लग्न करतो तेच मी पहाते! ती आहे माझ्या एवढी,

दिसायला कुरुप ''

"इंदूताई, लैला को देखो मजनूकी आँखोसे! लैला कुरुप होती म्हणे!''

"केयूर, त्या दंतकथा नकोत मला! आता येऊ दे शांताराम. त्याला विचारतेच.'' एकूण इंदूताईंनी 'डायरेक्ट' पवित्रा घेतला होता. "कावळीच्या घशात बासुंदी!''

मी शांतपणे म्हटलं-"इंदूताई, शांत्याला तुम्ही ओळखता, मी ओळखतो. तुम्ही त्याला जाबबिब विचारलात ना- तर तो अधिक चिडेल. सरळ घरातून निघून जाऊन तिच्याशी लग्न करील! तो आता लहान नाही-पंचवीस वर्षं होऊन गेली त्याला-''

"मग आपण काय करायचं? मुकाट्यानं जे काही होईल ते पहायचं?'' इंदूताईंनी आवाज खाली आणला.

मी इंदूताईंना शांत्यानं माझ्यावर सोपवलेल्या कामगिरीची कल्पना दिली. त्यांनी बराच वेळ उलटसुलट प्रश्न विचारले. मग त्यांनी चहा-पोहे केले. मी पोहे खाताना आणि चहा पिताना त्या गप्प होत्या. कसला तरी विचार करीत होत्या.

मी त्यांचा निरोप घेऊ लागलो. तशी त्या म्हणाल्या,

"केयूर, तू ताराला भेटायला कधी जाणार आहेस?''

"जाईन एकदोन दिवसात-''

"मी तुझ्याबरोबर येईन-''

"बापरे? आणि शांत्याला कळलं तर?''

"माझी ती मैत्रीण आहे. वर्षभर मी तिच्याकडे गेले नाही. सहज म्हणून जाईन. तू तिथं मी गेल्यावर तासाभरात -''

"मग?''

"मी जे काही सांगेन त्याला तू पाठिंबा द्यायचास. हो ला हो करायचं.''

"पण तुम्ही काय सांगणार?''

त्या क्षणभर काही बोलल्या नाहीत. मग म्हणाल्या, "उद्या दुपारी पुन्हा येशील? आपण रंगीत तालीम करू. परवा ताराकडे जाऊ.''

"पण इंदूताई, मी आज रजा काढली-"

"आणखी दोन दिवस रजा काढ. केयूर, मित्राच्या भल्यासाठी एवढं कर. माझी शपथ आहे तुला-"

"शपथ घालायचं कारण नाही! मी येतो उद्या-"

त्या दारापर्यंत पोचवायला आल्या, म्हणाल्या, "केयूर, शांतारामला इतकंच काय, त्यांनाही कळता कामा नये! मी व तू- काय?"

"ओ. के!"

इंदूताईच्या सुपीक डोक्यात काय शिजत होतं कोण जाणे! मला तरी काही सुचत नव्हतं. तूर्त त्यांची री ओढण्यापलिकडे मला काही करणं शक्य नव्हतं.

दुसरे दिवशी दुपारी मी पुन्हा इंदूताईंना भेटलो. तिसरे दिवशी दुपारी तीन वाजता इंदूताई तारा वंटमुरीकरकडे गेल्या. मी चारच्या ठोक्याला तिथं पोहचलो.

वंटमुरीकर वकील घरी नव्हते. रजनी कॉलेजला गेली होती. ताराची आई स्वैंपाकघरात होती. इंदूताई आतल्या खोलीत ताराशी बोलत बसल्या होत्या.

मला पाहून इंदूताईंनी आश्चर्यानं विचारलं-

"अय्या, केयूर ? तुला कसं कळलं मी इथं असेन?"

"मी आधी तुमच्या घरी गेलो. तुम्ही इथं आल्याचं कळलं. अर्जंट काम होतं- म्हणून तसाच आलो."

"बसा ना! घाई काय?" तारानं स्वागत केलं.

"घाईच आहे आता!"

"कसली घाई! " तारानं विचारलं.

"अहो इंदूताई-मी तुम्हाला परवा त्या स्थळाबद्दल सांगितलं ना! डॉक्टरांची मुलगी. उद्या ती मंडळी पुण्याला येणार आहेत मुलीला येऊन "

"कुणासाठी मुलगी?" तारानं चौकशी केली.

"अगं, आमच्या शांतारामासाठी-" इंदूताईंनी सहज सांगितलं. मग तिनं हळूच माझ्याकडे पाहिलं.

मी ताराकडे निरखून पाहू लागलो. त्या वाक्याचा तिच्यावर होणारा

परिणाम फार महत्त्वाचा होता! इंदूताईही न पाहिल्यासारखं करून पण बारकाईनं ताराचा चेहरा न्याहाळू लागल्या.

तारा शांतपणे म्हणाली-"असं का! वा! कधी देणार भावाच्या लग्नाचे लाडू?"

"बघू या आता. हे स्थळ त्याला आवडलं की मग लगेच त्याच्या लग्नाची तयारी!"

"तरीच बरं का, शांताराम बरेच दिवस आमच्याकडे आले नाहीत! मला वाटलंच, लग्नाच्या गडबडीत असतील!"

तेवढ्यात रजनी आली. तिला तारानं ती गोष्ट सांगितली. "रजू, मी तुला मागं म्हटलं नव्हतं-शांताराम एकदम लग्नपत्रिका घेऊन आपल्याकडे येतील."

"पण तारे तुझ्या लग्नाचे लाडू केव्हा?" इंदुताईंनी धूर्तपणे सवाल केला.

तारा काही बोलली नाही. रजनी म्हणाली-"दादांनी एक मुलगा पाहिलाय, अजून त्यानं ताराताईला पाहिलेलं नाही. लवकरच-"

"रजू-अर्धवट काही सांगू नकोस मी लग्नच करणार नाही असं दादांना सांगितलंय-"

"बरं बाई! एकदा मुलगा पहायला येऊ दे-मग पडेल पहा तुझी कशी विकेट! क्लीन बोल्ड-!" इंदूताई उद्गारल्या.

चहा घेऊन आम्ही वंटमुरीकर भगिनींचा निरोप घेतला. रिक्षात बसून आम्ही इंदूताईंच्या घरी जाऊ लागलो. मी विचारलं,

"इंदूताई, एकूण तुमचे निष्कर्ष काय?"

"शांत्याच्या मनात तसलं काही आहे हे ताराच्या गावीही नाही. बिचारी निर्मळ मनानं म्हणाली-भावाच्या लग्नाचे लाडू कधी? तिच्या मनात काही असतं तर गडबडली असती, चेहरा साफ पडला असता. तेवढं आपल्याला ओळखता येत नाही का? आणि असलंच काही तिच्या मनात तर आता ते साफ नाहीसं होईल, शांत्या मुलगी पहाणार आहे हे ऐकून!"

"पण मी लग्न करणार नाही वगैरे म्हणते त्याचं काय?"

"छे ! त्याचा शांत्याशी काही संबंध नाही. अरे, मी तसंच म्हणत होते! आता दोन मुलांची आई झाले की नाही? लग्न जमेपर्यंत बहुतेक मुली

तसंच म्हणतात. मनातल्या मनात कधी करशील लग्न माझे, तुज ठावे ईश्वरा!''

''अशी भानगड आहे होय?''

''भानगड वगैरे काही नाही,'' इंदूताई हसत म्हणाल्या, ''ते जाऊ दे. पण केयूर, तुझ्या माहितीतली ती कोण एक मुलगी आहे ना! चांगली असेल तर दाखवायला आण. एवीतेवी ताराला आपण थाप दिलीच पण खरोखरी दोन दिवसात दाखवण्याचा कार्यक्रम झाला म्हणजे सोन्याहून पिवळं! आणखी गुंतागुंत नको! आज आपली व ताराची जी मुलाखत झाली त्याबद्दल मी शांत्याला सगळं काही सांगते. मात्र काही गोष्टी गाळून.''

कोणत्या गोष्टी गाळायच्या व कोणत्या त्याच्या कानावर घालायच्या हे आम्ही निश्चित केलं. इंदूताईंना घरी पोचवून मी खोलीवर आलो. एकूण तारापासून शांत्याला धोका नव्हता आणि शांत्यामुळे आम्हा सर्वांना मनस्ताप होणार नव्हता. आमचं कारस्थान सफल झालं होतं. जे काही कळायचं ते आम्हाला कळलं होतं.

मी खुषीत होतो. गोऱ्यांच्या खानावळीत न जेवता इराण्याच्या हॉटेलात मी अभक्ष्य भक्षण केलं आणि तृप्त पोटानं व मनानं झोपी गेलो.

सकाळी अंघोळ आटोपून मी ऑफिसला जाण्याच्या तयारीत होतो. तर शांत्या दारात हजर.

''केयूर, चाललास कुठं?''

''कुठं म्हणजे? ऑफिसला!''

''जाऊ नको, आज कॅज्युअल टाक-''

''ए, हे पहा, मी रजा संपवून बसलोय-! आता कॅज्युअल लीव्ह शिल्लक आहे की नाही कोण जाणे!''

''ते मला काही सांगू नकोस! आज आपण एकत्र जेवू, गप्पा मारू.'' तो एकूण आनंदात होता.

''कारण काय ते तर सांगशील!''

शांत्या आत येऊन बसला. उत्फुल्ल चेहऱ्यानं म्हणाला-''केयूर, तारानं आणि मी लग्न करायचं ठरवलंय-''

''कुणाशी?''

"कुणाशी म्हणजे? चक्करच आहेस! एकमेकांशी!"

"म्हणजे?" मी मटकन् खुर्चीवर बसलो.

"सांगतो-सगळं सांगतो, तूर्त चहा टाक!"

"चहा नंतर, आधी सांग हे कसं काय झालं ते!"

शांत्यानं एक दीर्घ श्वास घेतला. त्यानं सांगायला सुरुवात केली- "काल संध्याकाळी मी फॅक्टरीतून बाहेर निघणार तेवढ्यात ताराचा मला फोन! संभाजीपार्कमध्ये मला भेट! मी चकीत झालो. ऑफिसहून डायरेक्ट पार्कमध्ये गेलो—"

"काल संध्याकाळी किती वाजता?"

"चार साडेचार वाजले असतील. मी वेळ टिपून ठेवलेली नाही! पण तू तिच्याकडून बाहेर निघालास आणि तिनं पोस्टातून मला फोन केला-"

"आय सी! पुढं?"

"पार्कमध्ये आम्ही भेटलो. ती नर्व्हस झाली होती. मला तिनं सरळ विचारलं-"शांताराम माझं तुझ्यावर प्रेम आहे- माझ्याशी लग्न करशील?" मी गडबडलो. एकदम तो प्रश्न विचारायचं कारण? ती म्हणाली. मला आता कळलंय तू एक मुलगी पहाणार आहेस-याचा अर्थ काय? दादा माझ्या मागे लागले आहेत कधीपासून, मीच त्यांना थोपवून धरलंय, लग्नच करणार नाही म्हणून जाहीर करून कसंबसं त्यांना अडवलंय- आणि तू मुली पहातोस? की मी दिसायला चांगली नाही म्हणून-" तर मी तिच्या तोंडावर हात ठेवला. "तारा, तू मला सुंदर दिसतेस, लोक काही का म्हणेनात! माझ्यापेक्षा वयानं मोठी असशील- पण जन्मतारखांची टिपणं हातात घेऊन कोणी प्रेम करत असतं का?" तारा म्हणाली- "हे बघ- माझा निश्चय ठरला. एकतर तुझ्याशी लग्न नाहीतर-"

"नाहीतर काय?" मी यांत्रिकपणे विचारलं.

"नाहीतर, नाहीतर, केयूर, ती म्हणाली, नाहीतर मी काय करीन हे सांगता यायचं नाही! मी म्हटलं, तारा त्याची काही जरुरी नाही! आजपर्यंत मी माझं प्रेम बोलून दाखवलं नाही. तूही कधी मला सांगितलं नाहीस असं काही! आता आपल्या मार्गात खरोखरी जगातली कोणतीही शक्ती आडवी

येऊ शकणार नाही!''

"इंदूताईसुद्धा?"

"जगातल्या कोणत्याही शक्तीत ताईचाही समावेश होतो, केयूर!''

"पण शांत्या, इंदूताईंना सांगितलंस?"

"नाही! अजून नाही सांगितलं! मला थोडी लाज वाटते! हसू नकोस. पण मी ठरवलं, हे काम तू फत्ते केलं तसं ताईला सांगण्याची जबाबदारी तुझ्यावर टाकायची!''

"कोणतं काम मी फत्ते केलं?'' मी नुसता चक्रावून गेलो होतो.

"हेच रे! मी नव्हतं का तुला सांगितलं, ताराच्या मनात काय आहे ते काढून घे! तू ते अचूक काढून घेतलंस!''

"ते कसं काय?"

"वारे वा- आता वेड घेऊन पेडगावला जाऊ नकोस! तू तिला सांगितलंस, उद्या मी मुलगी पहाणार आहे! त्यामुळे तर ती चवताळली. तिच्या मनातला मत्सर जागृत झाला. म्हणून तर ती एकदम उठली आणि सोक्षमोक्ष करायला तयार झाली!''

"कमाल आहे तिची!''

"कमाल कसली त्यात?''

"अरे-काल मी तिला सांगितलं ना- की तू मुलगी पहाणार आहेस. तर ती मुळीच नर्व्हस झाली नाही! शांतपणे विचारलं तिनं इंदूताईंना- भावाच्या लग्नाचे लाडू कधी?''

"चालायचं!''

"काय चालायचंच?''

"तू म्हणजे खरोखरीच चक्कर आहेस. केयूर, अरे-ती ताईपुढं काय सांगणार! मुद्दाम तिनं सगळं लाईटली घेतलं. एवढं तुला कळू नये! म्हणजे ताराला जे कळतं ते- पण यावरून एक गोष्ट सिद्ध झाली-''

"कोणती!''

"माझी निवड किती सुपर्ब आहे! इतकी शहाणी, बिलंदर, समजूतदार! ''

"आपल्यापेक्षा तिनं चार पावसाळे जास्ती पाहिलेत ना- त्याचा

परिणाम!'' मी कुत्सितपणे म्हटलं. पण शांत्याच्या ते लक्षात आलं नाही. तो हसत म्हणाला- ''करेक्ट! अगदी बरोबर ! एनीवे तुझे आभार मानले पाहिजेत ''

''कशाबद्दल?''

''वा तूच तर तिला चिथावणी दिलीस- तिच्यातला मत्सर जागृत केलास! आता आणखी चर्चा नको! आपण आज बाहेर जेवायचंय-''

''आपण म्हणजे कोण!''

''मी- तू- तारा- ताई-''

''इंदूताई?''

''ते काम तुझ्यावर सोपवलंय म्हणून सांगितलं ना! चल, कपडे कर का म्हणून नाही विचारलंस!''

''आता विचारायचं राहिलंय काय?'' मी पुटपुटलो न यांत्रिकपणे कपडे करू लागलो!

- १३ -

टाईट पँट आणि चटणी कलर साडी

आजकालचं युग तरुणांचं आहे. राजकारणात काय, क्रिकेटमध्ये काय, सर्वत्र तरुण रक्त पाहिजे अशी मागणी करण्यात येत आहे. ऐंशीच्या घरात पोचलेले राजकारणी 'तरुणांसाठी हितगूज' करताना 'तुम्ही तुमच्यावरची जबाबदारी ओळखली पाहिजे. नवं नेतृत्व निर्माण करण्यासाठी तुम्ही पुढं आलं पाहिजे' असा हितोपदेश करु लागले आहेत. भरतकामाच्या नमुन्यासाठी आणि 'जादूची परी' साठी पानं राखून ठेवणारी मासिकं हळूहळू युवकांसाठी नवनवी सदरं सुरू करीत आहेत. उच्च विचारांनी प्रेरित झालेली 'उच्चभ्रू' मासिके वाऱ्याची दिशा ध्यानी घेऊन 'च्यायला भंकस' नं सुरुवात होणाऱ्या कथा मोठ्या उत्साहानं प्रसिद्ध करीत आहेत. धोतरं, कोट व टोपी घालणाऱ्या सभ्य गृहस्थानं एकाएकी टीशर्ट आणि टाईट पँट चढवावी असं हे गमतीदार दृश्य दिसत आहे. विद्यापीठाच्या वेगवेगळ्या कमिट्यांवर विद्यार्थ्यांना प्रतिनिधित्व देण्याचं धोरण सर्व कुलगुरूंनी मान्य केलं आहे. हिंसा, दगडफेक, जाळपोळ यासारख्या विघातक कृत्यात गुंतलेल्या तरुणांना विधायक कार्यासाठी (म्हणजे

एक्झॅक्टली कशासाठी हे कुणालाच माहीत नाही ही गोष्ट वेगळी!) प्रवृत्त करण्याचे प्रयत्न होत आहेत.

विद्यार्थ्यांनी गहन विषयाच्या, निदान जिव्हाळ्याच्या विषयावर चर्चा करावी यासाठी 'आकाशवाणी' ने 'युवावाणी' हा कार्यक्रम सुरू केला आहे. युवकांच्या अंगातील सुप्तगुणांना उत्तेजन देण्यासाठी, त्याच्या हृदयात धगधगणाऱ्या नवविचारांच्या स्फुल्लिंगावरली राख वगैरे फुंकून टाकण्यासाठी 'आकाशवाणी' हरतऱ्हेचे प्रयत्न करीत आहे. अशा प्रकारच्या दोन परिसंवादांचे मी रेडिओवर ऐकलेले हे रिपोर्ट! वाचकांना ते आवडतील ही अपेक्षा!

तरुणांच्या, तरुणांसाठी व तरुणांनी सादर केलेल्या या कार्यक्रमात नुकतीच 'आमचे प्राध्यापक' या विषयावर दोन विद्यार्थी व दोन विद्यार्थिनी यांच्यात मनमोकळी चर्चा झाली. काही अपरिहार्य कारणामुळे कॉलेजमध्ये एक संपूर्ण दशक घालवावे लागलेल्या दिलीप प्रधान या विद्यार्थ्यास चर्चेचा उपोद्घात व उपसंहार करण्याचा मान मिळाला. दिनू भडसावळे, सुमन भडभडे आणि कुंदा कर्णिक हे चर्चेत भाग घेणारे उरलेले तीन विद्यार्थी.

प्रधान - आपण सर्वजण परमपूज्य मास्तर मंडळींविषयी काहीतरी भंकस करायला इथं जमलो आहोत. वास्तविक मला स्वतःला 'प्रोफेसर' या प्राण्याविषयी फारशी माहिती नाही- कारण त्याचं व माझं फारसं कधी पटलं नाही! त्याची चमचेगिरी करायला मी नकार दिला म्हणून तर मला लागोपाठ चार वर्षे फॉर्म मिळाला नाही. तर ते असो! चर्चेच्या ओघात माझे त्यांच्याबद्दलचे अनुभव मी सांगणार आहेच. मिस कर्णिक, तुम्हाला या विषयाबद्दल काय सांगायचं आहे?

मिस कर्णिक - मी कॉलेजमध्ये प्रवेश घेतला तो केवढ्या उत्साहानं! प्राध्यापकाविषयी मी किती कित्ती अपेक्षा केल्या होत्या! पण माझी पूर्ण निराशा झाली. आमचे जे प्राध्यापक आहेत ना ते प्राध्यापक वाटतच नाहीत!

भडसावळे - पॅरोलवर सुटलेले कैदी वाटतात की काय ते तुम्हाला?

मिस भडभडे - आयला, किती छान विनोद. पण प्राध्यापकांना कैदी म्हणणे म्हणजे कैद्यांचा अपमानच आहे बरं का!

भडसावळे - हो ना! त्यांनी माणसं मारली असली म्हणून काय झालं? कुणाचं घोडं मारलंय थोडंच!

मिस कर्णिक - मला तर मसाला पान करून देणारे पानपट्टीवाले अधिक विचारी, अधिक व्यासंगी दिसतात! प्राध्यापक हँडसम असावेत असा रूलच केला पाहिजे युनिर्व्हसिटीने! त्यांच्या तोंडाकडे आम्हाला सतत पाऊण तास बघायचं असतं ना! प्राध्यापक एकवेळ पी एच्. डी. नसला, एम. ए. सेकंड क्लास नसला तरी परवडला पण तो किमानपक्षी जॉय मुखर्जी किंवा प्रेम चोप्रा यांच्याइतका आकर्षक असला पाहिजे!

प्रधान - दिसायचं एकवेळ सोडा- पण ते रहातात किती बावळट! त्यांच्या पँटी बघितल्या? च्यायला! बॉटम केवढा? एकोणीस तरी असेल! जग किती पुढं गेलंय! बॉटम बारापर्यंत आलाय-आणि एकोणीस म्हणजे काय? त्यापेक्षा पायजमे चालतील म्हणावं!

भडसावळे - लग्नाच्या वेळच्या पँटी ते जन्मभर वापरतात! लेको, फॅशन बदलली म्हणून लग्नाच्या पँटी त्यांनी फेकून द्याव्यात की काय?

मिस कर्णिक - पण प्राध्यापकांनी विद्यार्थ्यांपुढं आदर्श ठेवायचा असतो ना? त्यांनीच जर नाईटीन बॉटमच्या पँटी घातल्या तर विद्यार्थ्यांनी करावं तरी काय?

मिस भडभडे - मला वाटतं प्रत्येक कॉलेजमध्ये एक विद्यार्थ्यांची कमिटी असावी आणि त्या कमिटीने प्राध्यापकांनी कोणता ड्रेस घालावा हे ठरवून द्यावं. कमिटीच्या शिफारशी प्राध्यापकांवर बंधनकारक असाव्यात. प्रत्येक प्राध्यापकाचं व्हायटल

स्टॅटिस्टिक्स या कमिटिकडे असलं पाहिजे!

प्रधान - प्राध्यापक म्हणजे प्राध्यापिकासुद्धा ना?

मिस भडभडे - अर्थातच! 'मॅन ईज रॅशनल ॲनिमल' मधल्या 'मॅन' मध्ये 'वुमन' सुद्धा येते बरं का!

प्रधान - मला शंका आहे! पण मुद्दा तो नाही! मुद्दा हा की प्राध्यापिकांचं व्हायटल स्टॅटिस्टिक्ससुद्धा विद्यार्थ्यांच्या कमिटीकडे असावं का?

भडसावळे - आमच्या कॉलेजातल्या प्राध्यापिका म्हणजे एक विनोद आहे! च्यायला एकजात काकूबाई! चार प्राध्यापिका आहेत- पण हिरडा, बेहडा, आवळकाठी, काडे चिराईताचा काढा- असा एकापेक्षा एक भयानक प्रकार!

प्रधान - माझा अनुभव निराळा आहे. ज्या प्राध्यापिका दिसायला बऱ्या असतात त्या लग्न झालेल्या असतात आणि ज्या लग्न झालेल्या नसतात त्या 'व्हाय मॅन शुडंट मॅरी' टाईप असतात!

भडसावळे - मॅरीड प्राध्यापिकांचं आम्हाला सांगू नका! आमची एक प्राध्यापिका तीन वर्षांत तीनदा मॅटर्निटी लीव्हवर गेली! तिच्या विषयाची बोंब! त्या विषयात सगळी मुलं नापास झाली!

मिस कर्णिक - जाऊ द्यात मेल्या लीव्हवर! पण मला एक सांगायचं आहे. काकूबाई प्राध्यापिका असतात ना- त्यांचं शिकवताना मेल्लं सारं लक्ष मुलांच्याकडे असतं!

प्रधान - मग प्राध्यापक मुलींच्यावर लायनी नाही वाटतं मारीत! प्राध्यापक विसरभोळे असतात म्हणे- पण प्राध्यापकांना मुलींची नावं त्यांच्या फॅमिली हिस्टरीसकट तोंडपाठ बरं का!

मिस भडभडे - मिस्टर प्रधान, डोन्ट बी जेलस! तुमच्यात पाणी नाही म्हणून त्यांचं फावतं!

भडसावळे -	हा आमच्या पाण्याचा प्रश्न नाही. तूर्त प्राध्यापकांसंबंधी आम्ही बोलतोय! तर, आमचे एक लॉजीकचे प्रोफेसर एक विशिष्ट मुलगी आली नाही वर्गात की पिरियड पाच मिनिटात सोडून द्यायचे!
मिस कर्णिक -	अलीकडच्या प्राध्यापकांना नीट इंग्रजीसुद्धा येत नाही! धिस ईज रिअली सरप्राईझड बरं का! चुकीच्या इंग्रजीत बंडलं मारतात आणि आम्ही बोअर होऊन लेक्चरला दांड्या मारल्या की एम. जी. एम. च्या त्या सिंहासारखं गुरगुरतात! लुब्रे मेले!
प्रधान -	आपल्या विद्यार्थ्यांत युनिटी नसते. सर्वांनी ठरवून पिरियड बंद पडला पाहिजे. दे लेक्चर म्हणावं रिकाम्या बाकापुढं!
मिस भडभडे -	यावर एक उपाय म्हणजे पिरियड पंचेचाळीस मिनिटांचा न ठेवता पंचवीस मिनिटांचा ठेवावा. मधली सुट्टी वाढवावी. दोन लेक्चर्समध्ये अर्ध्या तासाची गॅप ठेवावी. कमीत कमी एवढं झालं की मग आम्ही प्राध्यापकांकडे सहानुभूतीनं पाहू म्हणे!
मिस कर्णिक -	माझं तर असं म्हणणं आहे की प्राध्यापकांनी वर्गात नोटस डिक्टेट कराव्यात. परीक्षेसाठी जे महत्त्वाचं आहे तेवढंच शिकवावं. तेवढाच पोर्शन कव्हर करावा. बाकीचा पोर्शन शिकवून बोअर करु नये आणि आमचा टाईम वेस्ट करू नये!
प्रधान -	अच्छा, तर एकंदरीत तुमचं म्हणणं, आजचे प्राध्यापक गाढ व्यासंगी नसतात! खरं आहे. कुणीतरी कुठंतरी म्हटलं आहेच. आयुष्यात दुसरं काही जमलं नाही की माणूस प्राध्यापक होतो!
मिस कर्णिक -	अय्या खरंच? मला तसंच वाटायचं बरं का! असल्या बावळटांना इंटरव्ह्यूत कोण पास करणार? आमच्यासारख्या गरीब पोरांना शिकवण्यासारखी सोपी गोष्ट नाही! आमचं

लक्ष नसतं हे काय शिकवतात तिकडे आणि त्यांचं लक्ष नसतं आमचं लक्ष कुठं असतं या गोष्टीकडे! एकंदरीत आनंद आहे!

प्रधान - तर मित्र हो, म्हणजे यात मैत्रिणी आल्याच-आपण, "आजचे प्राध्यापक" या विषयावर बरीच मनमोकळी भंकस केली. प्राध्यापकांनी मुलींकडे पाहून शिकवू नये व प्राध्यापिकांनी मुलांच्याकडे पाहून शिकवू नये.

मिस भडभडे - आम्हाला दोन्ही गोष्टी चालतील बरं का प्रधान!

प्रधान - अच्छा, तर आपण असं म्हणू की या मुद्द्यावर आपलं काही एकमत झालेलं नाही-पण ज्या गोष्टीवर एकमत झालेलं आहे ती गोष्ट म्हणजे प्राध्यापकांनी बारा बॉटमची पँट घालावी-विद्यार्थ्यांना शोभेल असं रहावं—विद्यार्थ्यांना त्यांच्याकडे पाहून शरम वाटता कामा नये असा त्यांचा पोशाख असावा.

मिस कर्णिक - नाहीतर काय? परवा आमचे एक प्रोफेसर सिनेमाला भेटले. मी, पप्पा आणि मम्मीबरोबर आले होते. त्यांच्याशी पप्पा मम्मीची ओळख करून द्यायला लाज वाटली मला!

प्रधान - तर विद्यार्थ्यांच्या इच्छेनुसार त्यांनी राहणी ठेवण्याचा प्रयत्न करावा एवढंच आमचं म्हणणं आहे! अखेरीस 'शिकवणं' हा गौण प्रकार आहे. ही गोष्ट प्रोफेसरांनी ध्यानात घेतल्याशिवाय भारतात शैक्षणिक क्रांती होणार नाही.

निवेदक - आताच आपण 'युवावाणी' कार्यक्रमात 'आमचे प्राध्यापक' या विषयावर अत्यंत विचारप्रवर्तक चर्चा ऐकलीत. कार्यक्रमासंबंधीचं तुमचं मत कळवायला विसरु नका बरं का! पुढल्या महिन्यात 'आमची राष्ट्रीय परंपरा' या विषयावर चर्चा होणार आहे. ऐका हं.

'आमची राष्ट्रीय परंपरा' या विषयावरील चर्चेत तीन तरुणींनी भाग घेतला होता. मुंबईतील तीन वेगवेगळ्या महाविद्यालयात शिक्षण घेणाऱ्या या तीन तरुणी म्हणजे मीलन गायतोंडे, वसुधा गायकवाड व शिल्पा पाटील या होत. मीलन गायतोंडे यांनी चर्चेचे सूत्रसंचालन केलं.

मिस गायतोंडे - आपण आज इथं एका महान व गहन...

मिस गायकवाड - आणि रुक्षसुद्धा!

मिस गायतोंडे - हो, तर महान, गहन व रुक्ष विषयावर चर्चा करण्यासाठी इथं जमलो आहोत. विषय आहे 'आमची राष्ट्रीय परंपरा'! इथं 'आमची' म्हणजे आम्हा तिघींची नव्हे बरं का! आम्हा भारतीयांची! तर शिल्पा पाटील, परंपरा म्हणजे काय हे तुम्ही सांगू शकाल काय?

मिस पाटील - अय्या! परंपरा म्हणजे- परंपरा म्हणजे- परंपरा म्हणजे परंपराच! आयुर्विम्याला जसा दुसरा पर्याय नाही तसा परंपरा या शब्दाला सुद्धा दुसरा पर्याय नाही!

मिस गायकवाड - वा वा! परंपरेची तुम्ही योग्य व्याख्या केलीत! मिस गायतोंडे, तुम्ही या विषयाचं सुतोवाच केलेलं बरं!

मिस गायतोंडे - आपली राष्ट्रीय परंपरा मोठी महान आहे. तिला एक ऐतिहासिक किंवा त्याही मागं जायचं म्हणजे तिला एक पौराणिक पार्श्वभूमी आहे. टिळक, आगरकर, जिना, गांधी आयर्विन, नेहरु, लॉर्ड माऊंटबॅटन या महान नेत्यांनी परंपरेत भर घातली आहे. मिस गायकवाड, तुम्ही या यादीत भर घालू शकाल?

मिस गायकवाड - मी पट्टाभिसीतारामय्या यांचं नाव सुचवते. शिवाय तेजबहादूर सप्रू—

मिस पाटील - माझी एक शंका आहे! पट्टाभि सीतारामय्या की पट्टाभिसीतारामय्या?

मिस गायकवाड - अय्या, यावरून आठवलं! मी की नाही सुरय्याला किती

तरी दिवस पुरुष समजत होते! आमच्याकडे रामय्या म्हणून कूक होता. तो पुरुष होता. म्हणून मला वाटलं सुरय्या हे हिरोचे नाव! नंतर कुठंतरी वाचलं सुरय्या हे हिरॉईनचं नाव! द्या टाळी!

मिस पाटील - मी कुलदीप म्हणजे नटच समजत होते. आमच्या शेजारी जीवन कामत म्हणून मुलगी रहाते ना?

मिस गायकवाड - अय्या! जीवन म्हणजे नटीच आहे!

मिस पाटील - शक्य नाही! उद्या तुम्ही कुलदीपला नट म्हणाल!

मिस गायकवाड - उद्या का! आजच म्हणते! कुलदीप हा नटच होता मुळी!

मिस गायतोंडे - (अस्वस्थ) आपण या देशात जे कुलदीपक होऊन गेले ते प्रथम पाहू. राष्ट्रीय परंपरा समृद्ध करण्याच्या कामी त्यांनी कसा हातभार लावला ते पाहू. तर मी काय म्हणत होते? टिळक, आगरकर...

मिस पाटील - आगरकर म्हणे लहानपणी एकच शर्ट वापरत असत!

मिस गायतोंडे - अर्थात—

मिस पाटील - तर माझा मावसभाऊ काय म्हणतो माहीत आहे का? तो म्हणतो—यावरून एक निष्कर्ष काढायला हरकत नाही की टेरेलीनचा शोध कालपरवा लागला नाही. भारतात पन्नास-साठ वर्षांपूर्वी टेरेलीन कापड होतं!

मिस गायतोंडे - टेरेलीनचा इथं काय संबंध?

मिस पाटील - कम्माल आहे तुमची मिस गायतोंडे ! तर मावसभाऊ म्हणतो कसा आगरकर लहानपणी टेरेलीन शर्ट वापरत असावेत! ते रात्री शर्ट धुऊन सकाळी पुन्हा तो घालीत असत! कॉटनचा शर्ट एका रात्रीत सुकणं शक्य नाही!

मिस गायकवाड - जोक बरा आहे! एखाद्या मासिकाला पाठवा ! एक अंक न एक रुपया मिळेल!

मिस पाटील - माझा मावसभाऊ इतका जोकर आहे.

मिस गायकवाड - जोक करणारा म्हणायचं आहे का तुम्हाला?

मिस पाटील - होय मेल्लं! तर तो इतका विनोदी स्वभावाचा आहे.

मिस गायतोंडे - (अस्वस्थपणा वाढलेला) मिस पाटील- आपण आपल्या राष्ट्रीय परंपरेविषयी बोलत आहो! तुमच्या त्या मावस की आत्येभावानं राष्ट्रीय परंपरेत भर घातलीय का?

मिस पाटील - घालीलसुद्धा! नुकतंच त्याचं लग्न झालंय!

मिस गायतोंडे - (संयम किंचित सुटतो) परंपरा म्हणजे काय तुम्ही लोकसंख्या समजलात?

मिस पाटील - पण तुम्हाला चिडायला काय झालं? तुम्ही घाला वाटल्यास वाट्टेल तेवढी भर परंपरेत! इथं मी 'परंपरा' हा शब्द 'लोकसंख्या' या अर्थी नाही वापरत बरं का! नाही तर एक माणूस आणखी भडकेल!

मिस गायकवाड - (परिसंवाद पुढे चालू रहावा म्हणून चिकाटीनं) आज स्वातंत्र्य मिळून पंचवीस वर्षं झाली.

मिस गायतोंडे - पंचवीस नव्हे! चोवीस!

मिस गायकवाड - सत्तेचाळीस आणि दहा सत्तावन्न आणि दहा सदुसष्ट हो- चोवीस वर्षे! तर आपण स्वातंत्र्य मिळाल्यानंतर तीनचार वर्षांनी जन्माला आलो.

मिस पाटील - तुम्ही आला असाल जन्माला तीन चार वर्षांनी. मी नाही! मी स्वातंत्र्य मिळाल्यावर चांगली सात वर्षांनी जन्माला आले!

मिस गायतोंडे - तुमचं वय महत्त्वाचं नाही इथं मिस पाटील! तरीसुद्धा सांगून ठेवते, तुम्ही, चुकता आहात! तुमची थोरली बहीण आमच्या कॉलेजात होती- तिच्या बोलण्यावरून माझा असा निश्चित समज आहे की तुमचं वय वीसहून अधिक आहे! ते असो. स्वातंत्र्य मिळाल्यानंतर आपल्या राष्ट्रीय परंपरेचे जतन करण्याची जबाबदारी आम्हा तरुण पिढीवर आहे...

मिस पाटील - (तिकडे सोयिस्करपणे दुर्लक्ष करून) म्हणून राष्ट्रीय गुणाची जोपासना करण्यासाठी आपण सर्वांनी कंबर कसली पाहिजे!

मिस गायतोंडे - कसायला कंबर हवी ना?

मिस पाटील - कुठल्या पुस्तकातलं वाक्य पाठ केलंत?

मिस गायतोंडे - (पुन्हा दुर्लक्ष) आपल्या पंतप्रधान इंदिरा गांधी नुकत्याच मुंबईत येऊन गेल्या. त्यांनी काय सांगितलं?

मिस गायकवाड - काय सांगितलं?

मिस गायतोंडे - त्यांनी सांगितलं की...म्हणजे निश्चित काय ते आठवत नाही. पण त्यांनी बरंच काही सांगितले हे निश्चित. सारांश असा की आपली राष्ट्रीय परंपरा जी आहे...

मिस गायकवाड - परवा इंदिराजी गांधी मुंबईत आल्या होत्या. तेव्हा मी त्यांच्या चौपाटीवरच्या सभेत गेले होते. त्या चटणी कलरची साडी नेसल्या होत्या. मला तो कलर ओल्ड फॅशण्ड वाटला!

मिस पाटील - पण चौकड्यावर चटणीकलर उठून दिसतो. दादरला मी परवा फुल वायल घ्यायला गेले होते तेव्हा मला तो नमुना दिसला.

मिस गायकवाड - मला वाटतं फुल वायलमध्ये ते डिझाईन चांगलं दिसणार नाही! निदान साडीवर तारवर्क असेल तर शोभून दिसेल. मात्र शेड थोडी लाईट हवी. ब्लाऊजपीस शक्यतो शेवाळी रंगाचा असावा—

मिस गायतोंडे - (आत्यंतिक चिकाटी व सहनशक्ती) तर आपली राष्ट्रीय परंपरा—

मिस पाटील - (तिकडे सोयिस्करपणे दुर्लक्ष! मघाचा सूड!) पण मिस गायकवाड, चटणीकलरवर टू बाय टू च्या सॅफ्रॉन कलर्ड ब्लाऊजचे मॅचिंग माग. मी 'काय म्हणता? मॅचिंग हवंय?'' या पुस्तकात वाचलं होतं—

टाईट पँट आणि चटणी कलर साडी / १५३

मिस गायतोंडे - (पराभव पत्करून) म्हणूनच मी म्हणते की आपली राष्ट्रीय परंपरा फार महान आहे! (श्वास घेतात)

निवेदक - आताच आपण 'आपली राष्ट्रीय परंपरा' हा अत्यंत उद्बोधक परिसंवाद ऐकलात. 'कुलाबा महिला मंडळ' च्या गणेशोत्सवानिमित्त झालेला हा परिसंवाद आम्ही प्रत्यक्ष तेथूनच ध्वनिक्षेपित केला होता. आपल्याला तो आवडल्याचे जरुर कळवा बरं का !

पुढच्या रविवारी 'युवावाणी' मध्ये 'समाजवादाचा अन्वयार्थ' यांवर चर्चा होणार आहे! मंडळी, ऐका बरं का!

यानंतर दोन दिवसांनंतर मी माझा जुना रेडिओ विकून टाकला. त्यामुळे 'युवावाणी' मधील अत्यंत विचारप्रवर्तक व उद्बोधक चर्चा ऐकण्याची सुवर्ण संधी मला पुन्हा मिळाली नाही. त्यामुळे काहीतरी चुकल्या चुकल्यासारखं वाटलं खरं! पण ते 'काहीतरी' म्हणजे नेमकं काय हे मात्र सांगता येणार नाही!

- १४ -

फूल ना फुलाची पाकळी

ऑफिसमध्ये नेहमीप्रमाणं फायलींचे ढीग उपशीत होतो. तेवढ्यात आबाकाका सोमण माझ्यापुढं दत्त म्हणून उभे राहिले.

"काय साहेब—खूप कामात आहात काय?"

आबाकाकांनी साहेब म्हणून पुकारताच माझ्या छातीत धडकी भरली. कारण कुणी 'साहेब' म्हटलं की ते धोकादायक असतं हे अनुभवानं माझ्या ध्यानात आलं होतं.

माझी भीती खरी ठरली. कारण पुढल्याच क्षणी आबाकाका सोमणांनी खिशातून पावतीपुस्तक काढलं आणि म्हटलं—"किती देगणी देताय?"

"देणगी? ती कशासाठी?"

"वा? म्हणजे काय? काशीनाथशास्त्री जोशी यांना साठ वर्षं पूर्ण होताहेत! त्यानिमित्तानं आमच्या मंडळानं एक समारंभ आयोजित केला आहे. त्या षष्ठ्यपूर्ती समारंभासाठी द्रव्य हवं—"

"अहो, पण आबाकाका- मी तुमच्या या शास्त्रीबुवांना धड पाहिलंसुद्धा

नाही कधी! ते काळे आहेत की गोरे आहेत—''

''गोरेच आहेत बरं का!'' आबाकाका अभिमानानं म्हणाले.

''ते महत्त्वाचं नाही हो? पण ज्यांना मी ओळखत नाही, त्यांच्या साठीनिमित्त मी देणगी का म्हणून द्यावी?''

''असं बोलू नका साहेब! काशीनाथशास्त्री म्हणजे केवढी बडी आसामी! संस्कृतचे गाढे पंडीत! प्रकांडपंडीत म्हणा ना! सगळे वेद मुखोद्गत! गीतेचे सर्व अध्याय पाठ!''

त्यांनी दहा रुपयांची पावती फाडून माझ्या हातात दिली. मी चडफडत पण वरकरणी तसं न दाखवता त्यांच्या हातावर दहा रुपये ठेवले.

वर्गणी व देणग्या गोळा करण्याच्या बाबतीत इतका उत्साह दाखविणारा दुसरा माणूस आढळणं कठीण. आबाकाकांचा खरा व्यवसाय काय आहे हे त्यांचं त्यांनाच नीटसं ठाऊक नसावं! जो काही व्यवसाय असेल तो सांभाळून आबाकाका सोमण नेहमीच असल्या सार्वजनिक कामात गुंतलेले असतात. कुठल्यातरी मंडळाचे ते चिटणीस आहेत. त्या मंडळातर्फे कुणाची साठी, कुणाची पन्नाशी तर कुणाचा वाढदिवस साजरा करण्यात त्यांना धन्यता वाटत असते. बहुतेक सर्व मंडळांप्रमाणं आबाकाकांच्या त्या मंडळाची आर्थिक परिस्थिती बिकट. त्यामुळे अशा समारंभासाठी वर्गणी गोळा करीत फिरणं हा आबाकाकांचा प्रमुख व्यवसाय होऊन बसला आहे! त्याबद्दल आमचं काही म्हणणं नाही. पण त्यांची संक्रांत नेहमी व वेळीअवेळी माझ्याकडे वळत असते आणि 'फूल ना फुलाची पाकळी' (ते त्यांचेच शब्द!) म्हणून कधी पाच, कधी दहा रुपये त्यांच्या हवाली करावे लागतात !

माझी व त्यांची अशाच एका समारंभाच्या वेळी ओळख झाली होती. माझ्या एका कविमित्राला महाराष्ट्र सरकारचं पारितोषिक मिळालं होतं. साहजिकच ही सुसंधी आबाकाका का म्हणून सोडतील? मंडळातर्फे त्या कवीचा सत्कार त्यांनी आयोजित केला. माझ्या मित्राचा सत्कार असल्यानं सत्कार कार्यासाठी मी मंडळातर्फे (म्हणजे पर्यायाने आबाकाकांकडे) पंचवीस रुपये दिले. सत्कार समारंभात छोटं भाषणही केलं. समारंभानंतर चहापानाच्या वेळी आबाकाकांनी मला गाठलं. त्यांनी माझी आस्थेनं चौकशी केली. मला दोनदा चहा दिला.

माझ्या घरचा व ऑफिसचा पत्ता लिहून घेतला. त्यांचं ते अगत्य पाहून मी इतका विरघळलो...

पण त्यातली गोम लागलीच माझ्या लक्षात आली. पुढल्या आठवड्यातच आबाकाका माझ्या ऑफिसात हजर.

"या, बसा. काही विशेष?" मी त्यांची आस्थेनं विचारपूस केली. त्यांनी मागं केलेल्या आदरातिथ्याचं स्मरण करून त्यांच्यासाठी मी चहा मागवला, बिस्किटं मागवली.

"टाळी द्या. तुमचं नाव मी आमच्या लिस्टमध्ये घालून टाकलंय." त्यांनी हात पुढे करून विजयी मुद्रेनं सांगितलं.

मी टाळी दिली, पण शंका काढली. कसली लिस्ट? आणि माझं नाव घातलं म्हणजे नेमकं काय झालं?

"त्याचं काय आहे?" आबाकाका चहा बशीतून फुरफूर करून पीत म्हणाले, "आमच्या मंडळातर्फे आम्ही जी अनेक सार्वजनिक कार्य करतो त्यासाठी वेळोवेळी आम्हाला आर्थिक मदत मिळू शकेल त्यांची मी एक लिस्ट तयार केली आहे. कुठल्याही कार्याला प्रारंभ करताना मी त्या लिस्टमधल्या मंडळींना आधी भेटतो. ती आमची 'प्रायॉरिटी लिस्ट' म्हणा ना! तर या लिस्टमध्ये मी तुमचं नाव समाविष्ट केलं आहे."

"अरे बापरे!" एकूण प्रकारचा धोका माझ्या ध्यानात आला. "मी शक्य तेव्हा शक्य तितकी मदत करीन तुम्हाला, पण लिस्टमधलं माझं नाव कृपया काढून टाका!"

"छे! ते होणे नाही!" सुपारी चघळत आबाकाका म्हणाले.

"प्लीज-"

"छे! शुभस्य शीघ्रम म्हणून मी आत्ताच सुरुवात करणार आहे! इंजिनीअर पालकर यांचा अमृतमहोत्सव आमच्या मंडळानं आयोजित केला आहे."

"हे कोण इंजिनीअर पालकर?"

"इंजिनीअर पालकर तुम्हाला ठाऊक नाहीत?" माझ्याकडे सहानुभूतीपूर्ण नजरेने पहात त्यांनी विचारलं-"अहो, महाराष्ट्रातील मोठमोठी धरणं त्यांनी बांधली आहेत."

"कोणती धरणं?" मी कुतूहलानं विचारलं.

"वा! हे काय विचारणं झालं? त्यांनी इतकी धरणं बांधली आहेत की सगळी नावंसुद्धा लक्षात ठेवणं अवघड!" थोडक्यात खुद्द आबाकाकांना त्यांच्याबद्दल नीटसं माहीत नव्हतं!

"बरं ठीक आहे! त्याचं काय झालं?"

"त्यांना येत्या रविवारी पंचाहत्तर वर्षे पूर्ण होतात! म्हणून आम्ही त्यांचा जंगी सत्कार करण्याचं ठरवलंय! तुम्ही त्यासाठी फूल ना फुलाची पाकळी-"

"तुमच्या या पाकळीचा साईज केवढा आहे?" मी धडधडत्या छातीवर हात ठेवीत विचारलं. माझा हात खिशावर असल्याचं पाहून आबाकाका खूष झाले. आनंदाने म्हणाले—"तुमच्या प्रेस्टीजला शोभेल एवढी रक्कम-एकवीस किंवा अकरा-"

थोडक्यात सत्कार झाला, पण मी इतर कामामुळे त्या समारंभाला जाऊ शकलो नाही. सत्काराच्या दुसऱ्याच दिवशी आबाकाका घरी टपकले. सार्वजनिक सत्यनारायणाला प्रसाद दिल्यावर कार्यकर्ते द्रोणात प्रसाद घेऊन येतात तसा काहीसा प्रकार असावा म्हणून मी आबाकाकांना विचारलं-"काय हो, सत्कार झाला ना जोरात?"

"सत्कार? कुणाचा सत्कार?"

"म्हणजे काय! इंजिनीअर पालकरांचा अमृतमहोत्सव-"

"हा...हा...? तो होय? तो झाला ना! होणारच! त्याचं काय आहे, मी दोन दिवसांपूर्वी जमवलेला फंड कार्यकर्त्यांच्या हवाली केला तेव्हा माझ्या दृष्टीनं तो सत्कार संपला! तुमच्यासारख्यांच्या दृष्टीनं तो काय झाला असेल! अहो- हा दैनिकाच्या संपादकासारखं आहे! आज आपल्या हाती जो अंक पडतो तो त्यांच्या दृष्टीनं कालचा अंक! आपण आज दैनिकाचा अंक वाचत असतो, पण संपादकमंडळी कधीच उद्याच्या अंकात बुडून गेलेली असतात."

आबाकाकांच्या मनांत काय आहे हे अजून ध्यानी येत नव्हतं. तेवढ्यात सौ. ने आणून ठेवलेला चहा पीत आबाकाकांनी सूतोवाच केलं. "मी त्या संपादकाप्रमाणं कधीच पुढल्या कामाला लागलो आहे!"

"आता कुठलं काम काढलंत?"

"काय हे साहेब-तुम्ही कधी वर्तमानपत्रं वाचत नाही की काय?"

"वाचतो-पण ते लाओस-दक्षिण व्हिएतनाम-कंबोडिया सोडून-"

"अहो, आपल्या गावात काय घडलंय याचा तुम्हाला पत्ता नाही आणि लाओस-कंबोडियाचं काय घेऊन बसलाय? मॉडेल स्कूलचे हेडमास्तर कारखानीस यांना राष्ट्रपती पारितोषिक मिळालंय. महाराष्ट्रातून एकवीस जणांची निवड झालीय. त्यात कारखानीस आहेत. पाचशे रुपये व शाल त्यांना राष्ट्रपतींकडून मिळणार आहे पुढल्या महिन्यात!"

"वा! छान! चांगलं झालं! उत्तमच!" चहा घेतल्यामुळे आलेली तरतरी शब्दांवाटे व्यक्त करीत उद्गारलो.

"एवढं म्हणून आपली जबाबदारी संपत नाही साहेब!" आबाकाका भलत्याच गंभीरपणे म्हणाले, "समाजाचे घटक म्हणून आपण समाजाचे काही लागतो-होय की नाही?

"हो तर!" मी कबुली दिली.

"आपण सर्वांनी मिळून कारखानीसांचा सत्कार नको करायला? राष्ट्रपतींनी दिल्लीत केलेल्या सत्कारापेक्षा आपल्या माणसांनी केलेल्या सत्काराचं मोल त्यांना अधिक वाटणार नाही काय?"

"हूं!" संकटाची चाहूल लागली होती. काय पवित्रा घ्यावा याचा विचार करीत होतो. परंतु आबाकाकांनी विचार करायला उसंत दिली नाही. खिशातून पावती पुस्तक काढून त्यांनी विचारलं,—

"एकवीस की अकरा?"

"अहो पण आबाकाका, परवाच तर मी-"

"एकवीसच घालतो! परवा तुम्ही अकरा दिले होते!"

"परवडत नाही हो- एकवीस म्हणजे फार-"

"अहो, एकशे एकची देणगी थोडीच घेतोय मी तुमच्याकडून! फक्त एकवीस. ओन्ली ट्वेंटीवन!" माझ्या सोयीसाठी 'एकवीस'चं इंग्रजीत भाषांतर करीत आबाकाका म्हणाले, कदाचित वीसनंतर मला आकडे मोजता येत नाहीत अशी त्यांची समजूत असावी!

दुधाच्या कूपन्ससाठी बाजूला काढून ठेवलेल्या पैशातून एकवीस रुपये मी काढले आणि चडफडत व ते चडफडणं बरचंसं दाखवत मी पैसे आबाकाकांच्या ताब्यात दिले.

आता नुसत्या महाराष्ट्राची लोकसंख्या घेतली तरी ती चार कोटीहून अधिक आहे! या चार कोटी मंडळींपैकी कुणाला तरी, कधीतरी साठ वर्षे, पंचाहत्तर वर्षे पूर्ण होणारच! कुणाला बक्षिसं मिळणार-कुणाला मानसन्मान मिळणार! या सर्वांची जंत्री करून त्यांचे सत्कार करायचं दायित्व आपण घेतलं तर तेवढाच उद्योग करावा लागेल! पोट भरायला वेळ मिळणार नाही आणि पैसेही उरणार नाहीत! पण हे आबाकाकांना सांगायचं कसं? सांगितलं तरी त्यांना ते पटणार कसं?

कारखानीस मास्तरांच्या सत्कारासाठी माझ्याकडून 'फूल ना फुलाची पाकळी' म्हणून एकवीस रुपये घेऊन गेल्यावर अवघ्या तीन आठवड्यांनी आबाकाका सोमण भर दुपारी हाशहुश करीत ऑफिसमध्ये डेरेदाखल!

डबा अजून खायचा होता. भूक सपाटून लागली होती. लंच टाईमची वाट पहात मी स्टेटमेंट तयार करीत होतो, तर आबाकाकांची स्वारी घाम पुशीत उभी असलेली!

"नाही, मी मुळीच देणार नाही!" मी ठासून सांगितलं. 'मानापमान' मधल्या भामिनीनं बिंगमधून 'नाही मी मुळीच येणार नाही- धनी मी पती वरीन कशी अधना?" म्हणून त्वेषानं सांगावं तसं मी आबाकाकांना सांगून टाकलं.

"काय देणार नाही?" आबाकाकांनी शांतपणे विचारलं.

"फूल ना फुलाची पाकळी! अकरा किंवा एकवीस रुपये!"

आबाकाका काही बोलले नाहीत.

"म्हणजे? आबाकाका तुम्ही वर्गणी गोळा करायला आला नाहीत? खरं सांगता हे?" माझा आनंद गगनात मावेना. सिंधूप्रमाणे 'प्रभु अजि गमला मनी तोषला' म्हणावं अशी मला तीव्र इच्छा झाली. पण पूर्ण करता आली नाही! आनंद प्रदर्शित करण्यासाठी मी आबाकाकांसाठी कोल्ड्रिंक मागवलं.

कोल्ड्रिंकचे घुटके घेता घेता आबाकाका म्हणाले,

''तुमच्याकडून मागतोय कोण अकरा किंवा एकवीस? माझी मागणी फक्त पाच रुपये-''

''अरेच्च्या, आहेच का वर्गणी?'' मग माझा निश्चय मला आठवला. मी आवाज चढवून म्हटलं,

''आबाकाका- आज मी तुम्हाला एक पैसुद्धा देणार नाही!''

''तुम्हाला द्यावी लागेल!'' कोल्ड्रिंक मधल्या स्ट्रॉतून ड्रिंक वर शोषून घेत ते म्हणाले.

''का म्हणून? हा जुलूम झाला?'' मी चिडून म्हटलं.

''साहेब, तुम्ही समाजाचे घटक आहात.''

''होय, समाजाचं मी काही लागतो- पुढं बोला-''

''समाजसुद्धा तुमचं काहीतरी लागतो! हे तरी कबूल आहे का?''

''कुणास ठाऊक?''

''कुणास ठाऊक! असं नका बोलू! तुम्हाला साठ वर्षं पूर्ण झाली की हा समाजच पुढं येऊन तुमची षष्ठ्यब्दीपूर्ती साजरी करणार ना? त्यावेळी लोक तुमच्या कर्तृत्त्वाचे पोवाडे गाणार ना? तुमच्यावर स्तुतिसुमनांचा वर्षाव करणार ना?''

''एक मिनिट आबाकाका! दोन मुद्दे. एक मुद्दा, मला साठ वर्षं पूर्ण व्हायला पंचवीस वर्षं आहेत! दुसरं म्हणजे, मी असं काहीही केलेलं नाही की ज्यामुळे लोकांनी माझी षष्ट्यब्दीपूर्ती साजरी करून माझ्यावर स्तुतिसुमनं उधळावीत!''

''चुकता आहात तुम्ही! अजून पंचवीस वर्षं आहेत ना साठ वर्षं पूर्ण व्हायला? या पंचवीस वर्षांत तुम्ही काहीच करू शकणार नाही असं तुम्हाला वाटतं? अहो, हाच तर कर्तृत्व दाखवायला काळ आहे! त्यावेळी मीच पुढं होऊन तुमच्यासाठी वर्गणी गोळा करीन! मी नसलो तर दुसरा कुणी आबाकाका पुढं येईल! पहा तुम्ही!''

लंच टाईम झाला म्हणून मी फारसं काही न बोलता पाच रुपये देऊन त्यांची बोळवण केली. कशासाठी हेसुद्धा विचारायचं विसरलो. अर्थात

'कशासाठी' हा औपचारिक प्रश्न! कुणा एकाची साठी-पंचाहत्तरी किंवा असंच काही असणार!

आबाकाका येतच राहिले व माझ्याकडून 'फूल ना फुलाची पाकळी' गोळा करीतच राहिले. वय होत चाललं होतं. जिने चढणं कठीण होत होतं. पण त्यांचा उत्साह कायम होता. एक दिवस सहज बोलता बोलता समजलं की त्यांची साठी लवकरच पूर्ण होणार असून ते एकसष्टाव्या वर्षात पदार्पण करणार आहेत. मग मीच मनाशी ठरवलं- आबाकाका सोमणांची षष्ठ्यब्दीपूर्ती साजरी करायची! आबाकाकांनी आयुष्यात तसं मोठं कर्तृत्त्व गाजवलं नसेल. पण अनेकांचे सत्कार समारंभ त्यांनी साजरे केले होते. समाजाचे ते एक घटक होते. समाज त्यांचं काही लागत होता खास!

त्यांना न कळवता मी त्यांच्यासाठी पैसे गोळा करण्याचं ठरवलं. अर्थात आयुष्यात प्रथमच मी हे काम अंगावर घेतलं होतं. आजपर्यंत कुवतीप्रमाणं देत आलो होतो. घेण्याची पाळी प्रथमच. पण मनाचा हिय्या केला आणि चार लोकांना भेटायचं ठरवलं.

प्रथम इंजिनीअर पालकरांना भेटायला गेलो. आबाकाकांनी त्यांचा अमृत महोत्सव केल्याचं मला आठवत होतं. मी स्वत: त्यासाठी अकरा रुपये देणगी दिली होती.

इंजिनीअर साहेबांनी मला आपादमस्तक न्याहाळलं आणि विचारलं, "काय काम आहे?"

"मी-मी वर्गणी मागायला आलो आहे!" मी चाचरत म्हटलं.

"वर्गणी? सॉरी! आजपर्यंत मी ज्या अनेक चांगल्या सवयी लावून घेतल्या आहेत त्यातली एक म्हणजे कुणासाठी वर्गणी न देणं! कुठल्याही भिकाऱ्याला भीक न घालणं!'

"पण ही भीक नव्हे-"

"संभावित भीक मागणंच आहे हे!"

"आबाकाका सोमण ठाऊक असतील तुम्हाला?"

"कोण सोमण? सोमण आडनावाचा एक ओव्हरसियर माझ्या माहितीचा आहे. आणखी कुणी सोमण मला ठाऊक नाही! बरं-हे आबाकाका सोमण

आहेत तरी कोण?''

''हे सोमण-यांनी आजपर्यंत वर्गण्या गोळा करून अनेकांचे सत्कार केले आहेत. कुणाची साठी-कुणाची सत्तरी-''

''वर्गणी गोळा करून? मग तर माझ्या तत्त्वांविरुद्ध आहे हे! यांचा सत्कार करणं मला तरी आवडणार नाही!''

''अहो—पण तुमचा सत्कारसुद्धा त्यांनीच-''

''सो व्हॉट? स्वत: मी असलो तर काय झालं? अगेन्स्ट माय प्रिन्सिपल! यू मे गो नाऊ! आर्ग्युमेंट केलं की माझं ब्लडप्रेशर वाढतं!''

मी तिथून काढता पाय घेतला. राष्ट्रपती पारितोषिक विजेते कारखानीस मास्तरांना भेटलो. मास्तरांनी माझी योजना साफ धुडकावून लावली.

''अहो-त्यांनी जन्मभर दुसऱ्यांचे सत्कार केले म्हणून केवळ त्यांचा सत्कार करायचा? त्यांनी काय माझ्याप्रमाणं राष्ट्रपती पारितोषिक मिळवलं आहे? समाजासाठी काही कार्य केलं आहे?''

''असं कसं म्हणता? समाजातील ज्या लोकांचा गौरव व्हावा असं त्यांना मनोमन वाटतं, त्यांच्यासाठी तहानभूक विसरुन ते फंड गोळा करतात— अनेकांना त्यांनी थैल्या गोळा करून दिल्या आहेत-अनेकांचे सत्कार करण्यासाठी पुढाकार घेतला आहे!''

मास्तरांनी डोळे बारीक केले. मग ते हळूच म्हणाले,

''अहो-देणग्या गोळा करणाऱ्यांकडून हिशेब मागतो कोण? थैलीसाठी पैसे जमा केले, त्यातले थोडे पैसे इकडेतिकडे झाले-''

मी चिडून म्हटले-''म्हणजे तुमचं म्हणणं काय? आबाकाका सोमणांवर तुम्ही असला भलतासलता आरोप करता?''

''मी त्यांच्यावर डायरेक्ट आरोप नाही करीत हो! पण एक शक्यता बोलून दाखवली!''

मग मी तिथं राहिलो नाही. आणखी वाद घालण्याइतका उत्साह नव्हता माझ्या अंगात!

चिवटपणानं मी आणखी एकादोघांना भेटलो. पण सर्वांनी माझी योजना हास्यास्पद ठरवली.

"उद्या तुम्ही एखाद्याला साठ वर्षं पूर्ण झाली म्हणूनच केवळ त्याचा सत्कार करणार! असे ऊठसूठ सत्काराला पैसे देऊ लागलो तर जगायचं कसं आम्ही!'' वगैरे मुद्द्यांची उजळणी झाली.

अखेरीस कंटाळून मीच आबाकाकांना आमच्या घरी बोलावलं. चार लोकांना निमंत्रणं दिली. त्यांच्या त्या मंडळाच्या पदाधिकाऱ्यांना आमंत्रण दिलं आणि खाजगीरित्या त्यांची एकसष्टी साजरी केली. मी त्यांना एक छोटंसं प्रेझेंटही दिलं. हे सर्व पाहून आबाकाका गहिवरले.

समारंभ संपल्यावर त्यांना मी दोन दिवसांनी मुद्दाम घरी बोलावलं. मग त्यांच्या एकसष्टीसाठी वर्गणी गोळा करण्याच्या माझ्या मोहिमेचं फलित मी त्यांना तपशीलवार सांगितलं, "पाहिलंत! तुम्ही एवढे दुसऱ्यासाठी धडपडत असता, लोकांना आहे किंमत त्याची?''

आबाकाका नुसते हसले. "अहो, माझा सत्कार करावा म्हणून त्या मोठ्या लोकांनी का म्हणून पैसे द्यावेत? मी अगदी छोटा माणूस आहे!''

"ते ठीक आहे हो- पण एखाद्या निरलस सामाजिक कार्यकर्त्याचा सत्कार व्हावा असं माझ्यासारख्याला वाटलं—''

"जाऊ द्या हो! सर्वांना याचं महत्त्व कळत नाही! आणि दुसरे म्हणजे सर्वांना पैसे गोळा करणं जमत नाही!'' आबाकाका मिस्किलपणे म्हणाले. शेवटचा टोमणा मला होता मी ओळखलं. आबाकाका उठले आणि दारापर्यंत गेले. मग तिथून मागं आले व म्हणाले, "घ्या! सारंच मुसळ केरात! गडबडीत मी मुख्य गोष्ट विसरत होतो!''

"ती काय बुवा?''

"अहो, आपल्या त्या डॉक्टर पाटणकरांना पद्मश्री मिळालीय! त्यांचा जंगी सत्कार झाला पाहिजे! त्या निमित्तानं त्यांना एक मानपत्र शक्य तर थैली! तेव्हा तुमचा आकडा किती तो बोला! फूल ना फुलाची पाकळी म्हणून...''